GIẢNG GIẢI KINH

CÁCH CHÚNG TA
TRÌNH BÀY LỜI CHÚA NGÀY NAY

DAVID HELM

RESOURCE LEADERSHIP INTERNATIONAL - 2017
Phiên Bản Quốc Tế

© 2014 by The Charles Simeon Trust

Originally published as "Expositional Preaching: How We Speak God's Word Today" by Crossway

1300 Crescent Street,
Wheaton, Illinois 60187

Giảng Giải Kinh: Cách Chúng Ta Trình Bày Lời Chúa Ngày Nay là một trong chín quyển của bộ sách **9Marks: Building Healthy Churches**

Bảo lưu bản quyền. Không được sao chép, lưu trữ trong hệ thống hoặc lưu truyền bất kỳ phần nào của xuất bản phẩm này dưới mọi hình thức hay phương tiện – như dưới dạng điện tử, photocopy, ghi âm – mà không có sự cho phép bằng văn bản của nhà xuất bản, ngoại trừ các trích dẫn ngắn trong những bài phê bình sách

Phần Kinh Thánh được trích dẫn từ Bản Truyền Thống Hiệu Đính, bản quyền © 2010 bởi Liên hiệp Thánh Kinh hội. Đã được phép sử dụng. Bản quyền được bảo lưu.

Thiết kế bìa: Nguyễn Hiền Thư

Bản dịch tiếng Việt: Trần Thị Lan Khuê

Hiệu đính: Võ Hương Nam

Bản dịch bản quyền © 2017 reSource Leadership International

Mã số ISBN (Canada): 978-0-9959447-0-1

Những nhấn mạnh trong phần trích dẫn Kinh Thánh do tác giả thêm vào.

David Helm đã viết một quyển sách hết sức hữu ích và súc tích về giảng giải kinh mà tôi từng đọc.

Matt Chandler,
Mục sư Quản nhiệm Hội thánh The Village, Dallas, Texas;
Chủ tịch, Acts 29 Church Planting Network

Nếu tôi phải hướng dẫn một lớp dạy về cách giảng và chỉ có thể yêu cầu sinh viên đọc một quyển sách, thì có lẽ đó là quyển này. Thật hiếm có quyển sách nào vừa giúp người chưa kinh nghiệm làm quen với vấn đề, vừa hướng dẫn cho người từng trải. Sự khiêm tốn của David đã chỉ ra sai lầm, khiển trách, chỉ dẫn và khích lệ tôi, một người giảng Lời Chúa. Tôi cầu nguyện rằng quyển sách sẽ có ảnh hưởng tương tự đối với bạn.

Mark Dever,
Mục sư Quản nhiệm Hội thánh Báp-tít Capitol Hill, Washington, DC;
Chủ tịch, 9Marks

Kỹ năng của David Helm trong vai trò của người rao giảng Lời Chúa và bề dày kinh nghiệm trong vai trò người thầy của những người giảng Lời Chúa khiến những gì ông nói về đề tài này có giá trị lớn. Khi đọc sách của ông, tôi hết sức cảm kích về điều được thể hiện rõ nhất trong những cam kết của ông: 'Trung thành với bản văn, không vượt lên trên bản văn Kinh Thánh để thêm vào điều Kinh Thánh không nói, và không hạ thấp bản văn qua việc làm giảm bớt ảnh hưởng hoặc sự trọn vẹn của bản văn.' Ở đây không chỉ là kỹ năng và sự khôn ngoan, mà còn là sự trung thành mà từ đó sản sinh những châu báu chân thật nhất của sự giảng dạy.

Bryan Chapel,
Chủ tịch Danh dự, Chủng viện Thần học Covenant,
Mục sư Quản nhiệm Hội thánh Trưởng lão Grace, Peoria, Illinois.

Helm đã cho chúng ta bản tóm tắt sắc bén về ngôn ngữ và cực kỳ thuyết phục về những gì cần phải hiểu và thực hiện để giảng Lời Chúa cách trung thành. Đây là một quyển sách quan trọng.

R. Kent Hughes,
Mục sư Quản nhiệm Danh dự Hội thánh College, Wheaton, Illinois

Trong cuốn sách cô đọng này, David Helm rút ra những nguyên tắc và hiểu biết quan trọng đã khích lệ nhiều người tại các hội thảo về giảng dạy của Charles Simeon Trust. Tôi đã nhìn thấy những con người nhiệt tình quay lại với công tác khó khăn của việc chuẩn bị bài giảng khi David dạy tài liệu này. Nguyện quyển sách này sẽ làm cho kết quả trên càng tăng thêm bội phần.

Paul Rees,
Mục sư Quản nhiệm Nhà Nguyện Charlotte, Edinburgh, Scotland

Tôi thích nhìn thấy phản ứng kinh ngạc của mọi người khi họ biết rằng giảng giải kinh là dấu hiệu đầu tiên trong "9 Dấu Hiệu của Hội Thánh Lành Mạnh". Thứ tự ưu tiên này được xác nhận và giải thích trong quyển "Giảng Giải Kinh". David Helm đã đưa ra một thách thức đầy hào hứng là làm sao để có sứ điệp rõ ràng và đúng đắn. Nguyện Chúa vui lòng sử dụng quyển sách này để giúp bạn giảng dạy cách trung thành vì sự lành mạnh của hội thánh và vì vinh hiển của Đức Chúa Trời!

H. B. Charles Jr.,
Mục sư, Hội thánh Báp-tít Shiloh Metropolitan, Jacksonville, Florida

Mục Lục

Ký Hiệu Viết Tắt 7
Lời Tựa: Mục Đích và Lợi Ích của Giảng Giải Kinh 9
Giới Thiệu: Bộ Xương Cũ 17
1 Bối Cảnh Hoá 23
2 Giải Nghĩa Bản Văn 53
3 Suy Ngẫm Thần Học 79
4 Ngày Nay 111
Kết Luận: Bộ Xương Khô 143
Những Câu Người Giảng Thường Hỏi 145
Phụ Lục Theo Câu Kinh Thánh 149
Lời Cảm Ơn 153

Các Ký Hiệu Viết Tắt

Cựu Ước

Sáng Thế Ký	Sáng	Truyền Đạo	Truyền
Xuất Ê-díp-tô Ký	Xuất	Nhã Ca	Nhã
Lê-vi Ký	Lê	Ê-sai	Ê-sai
Dân Số Ký	Dân	Giê-rê-mi	Giê
Phục Truyền Luật Lệ Ký	Phục	Ca Thương	Ca
Giô-suê	Giôs	Ê-xê-chi-ên	Êxê
Các Quan Xét	Quan	Đa-ni-ên	Đa
Ru-tơ	Ru	Ô-sê	Ô-sê
1 Sa-mu-ên	1 Sa	Giô-ên	Giô-ên
2 Sa-mu-ên	2 Sa	A-mốt	A-mốt
1 Các Vua	1 Vua	Áp-đia	Áp-đia
2 Các Vua	2 Vua	Giô-na	Giô-na
1 Sử Ký	1 Sử	Mi-chê	Mi
2 Sử Ký	2 Sử	Na-hum	Na
E-xơ-ra	Era	Ha-ba-cúc	Ha
Nê-hê-mi	Nê	Sô-phô-ni	Sô
Ê-xơ-tê	Êtê	A-ghê	A-ghê
Gióp	Gióp	Xa-cha-ri	Xa
Thi Thiên	Thi	Ma-la-chi	Mal
Châm Ngôn	Châm		

Tân Ước

Ma-thi-ơ	Mat	1 Ti-mô-thê	1 Ti
Mác	Mác	2 Ti-mô-thê	2 Ti
Lu-ca	Lu	Tít	Tít
Giăng	Gi	Phi-lê-môn	Phlm
Công Vụ Các Sứ Đồ	Công	Hê-bơ-rơ	Hê
Rô-ma	Rô	Gia-cơ	Gia
1 Cô-rinh-tô	1 Cô	1 Phi-e-rơ	1 Phi
2 Cô-rinh-tô	2 Cô	2 Phi-e-rơ	2 Phi
Ga-la-ti	Ga	1 Giăng	1 Gi
Ê-phê-sô	Êph	2 Giăng	2 Gi
Phi-líp	Phil	3 Giăng	3 Gi
Cô-lô-se	Côl	Giu-đe	Giu
1 Tê-sa-lô-ni-ca	1 Tê	Khải Huyền	Khải
2 Tê-sa-lô-ni-ca	2 Tê		

Lời Tựa

Mục Đích và Lợi Ích của Giảng Giải Kinh

Miguel Núñez

Trong khoảng mười năm qua, người ta đã viết nhiều về giảng giải kinh. Đây không phải là ý tưởng mới, thuật ngữ mới hay một chân lý vừa được khám phá. Đấng Christ đã giảng theo phương pháp giải kinh trong Lu 24:17-47 và Phao-lô cũng giảng như vậy trong Công 17:22-31 (tôi nhắc đến hai phân đoạn này vì David có nhận xét về chúng trong chương ba, dưới tiêu đề Suy Ngẫm Thần Học). Nhiều người giảng được ơn trong quá khứ cũng nhận biết sức mạnh của giảng giải kinh.

Nếu vậy, tại sao gần đây người ta lại nhấn mạnh đến đề tài này như vậy? Nhiều câu trả lời khác nhau được đưa ra, nhưng tóm lại, người ta thấy rằng ở mức độ đáng kể, có nhiều chứng bệnh trong hội thánh ngày nay và ngày xưa có thể bắt nguồn từ những người giảng và người thầy *không* dạy Lời Chúa theo cách giải nghĩa Kinh Thánh.

Mục Đích của Giảng Giải Kinh

Như chúng ta sẽ thấy trong quyển sách này, mục đích của giảng giải kinh là để hiểu ý định của trước giả nguyên thủy trong bản văn Kinh Thánh, rồi giải thích ý định đó cho thế hệ hiện tại để họ có thể hiểu được, và áp dụng vào đời sống với niềm hy vọng đem lại sự thay đổi trở nên giống với Đấng Christ. Phương pháp luận thì đơn giản, nhưng không hề đơn giản thái quá: đọc, giải thích và áp dụng bản văn. Thầy dạy luật trong thời Nê-hê-mi là E-xơ-ra đã theo khuôn mẫu này và ông là tấm gương tốt cho chúng ta: "Họ đọc rõ ràng trong sách luật pháp của Đức Chúa Trời rồi giải nghĩa cho người ta hiểu lời họ đọc" (Nê 8:8). Hãy lưu ý ba cụm từ quan trọng: họ đọc rõ ràng, giải nghĩa, và người ta hiểu được. Sau khi người giảng đọc Kinh Thánh, nếu là người giải thích trung thành, người đó sẽ không đưa ra ý kiến của mình về bản văn là điều không phải do anh được thần cảm hoặc viết ra. Đó là công việc của tác giả, tức Đức Chúa Trời. Chỉ có điều đó mới khiến cho việc giải nghĩa và rao giảng Thánh Kinh cách trung thành trở nên vô cùng quan trọng.

Nếu chúng ta tin rằng Lời Đức Chúa Trời hoàn toàn được linh cảm và Lời đó là sự bày tỏ ý chí, tấm lòng và tâm trí của Đức Chúa Trời, thì chúng ta phải cẩn thận không thêm hay bớt điều Ngài đã ban cho chúng ta. Nhắc đến Cựu Ước, Đức Chúa Trời phán với Môi-se từ bụi gai cháy rằng "Đừng đến gần. Hãy cởi dép khỏi chân con vì chỗ con đang đứng là đất thánh" (Xuất 3:5). Chúng ta không phải Môi-se, và Chúa cũng không nói với chúng ta từ bụi gai cháy, nhưng những ai giảng Lời Ngài được giao trách nhiệm nói ra Lời vô ngộ của Ngài. Và mỗi khi chúng ta mở Kinh Thánh ra, chúng ta cũng cần nhận biết mình sắp đặt chân lên đất thánh. Người giảng đạo phải có thái độ tôn kính mỗi lần đến với Kinh Thánh. Thái độ của người giảng đối với Lời Chúa được thể hiện trên bục giảng có tính lan truyền dù là tốt hay xấu.

Giảng giải kinh có liên quan đến lẽ thật, thẩm quyền và năng quyền. Không điều nào trong số đó ở dưới quyền kiểm soát của người giảng. Chúng thuộc về Lời được linh cảm. Năng quyền của người giảng không đến từ sự thông minh của con người hay tài diễn thuyết được đào tạo. Năng quyền là thực chất của sự linh cảm của Lời Chúa vì nó bắt nguồn từ Đấng đã phán từ buổi ban đầu của sự sáng tạo và có thể tạo ra một vũ trụ với hàng tỉ ngân hà từ con số không (Sáng 1-2). Cũng lời đó đã duy trì vũ trụ ngày nay (Hê 1:3), và khiến những người chết thuộc linh được sống lại (1 Phi 1:23). Vậy thì tại sao chúng ta lại bớt đi sứ điệp của Đức Chúa Trời? Khi làm điều đó, chúng ta làm suy yếu điều Đức Chúa Trời đã linh cảm một cách mạnh mẽ và có chủ đích. Lời của John Frame rất thích hợp ở đây: "Hễ điều chi Đức Chúa Trời làm, Ngài thực hiện bằng Lời của Ngài; hễ điều gì Đức Chúa Trời làm, thì Lời Ngài cũng làm".[1]

Những Ích Lợi của Giảng Giải Kinh

Có nhiều ích lợi to lớn khi giảng theo cách giải kinh. Trước nhất, chúng ta tôn kính Đức Chúa Trời và danh Ngài. Bản tánh của Đức Chúa Trời có mối liên hệ chặt chẽ với

---

1. John Frame, *The Doctrine of the Word of God* (Phillipsburg, NJ: P&R Publishing Company, 2010), 55.

danh Ngài và Lời Ngài. Đức Chúa Trời đã xác nhận điều đó trong Thi Thiên 138:2 "Vì Chúa đã làm cho lời Chúa và danh Chúa được tôn cao hơn tất cả". Đời xưa, tên gọi nói lên tính cách của người đó, nên Đức Chúa Trời đã bảo vệ danh Ngài tại một trong Mười Điều Luật đầu tiên Ngài ban cho quốc gia Y-sơ-ra-ên. Nhưng Đức Chúa Trời cũng tôn cao Lời Ngài. Nếu Lời Ngài bị hỏng, thì danh Ngài và bản chất Ngài cũng hỏng. Giảng giải kinh theo đuổi ý nghĩa của sứ điệp do Đức Chúa Trời ban, sự nhận biết rằng Đức Chúa Trời chỉ tôn cao Lời thánh của Ngài, là Lời bắt nguồn từ bản tánh thánh khiết của Ngài.

Thứ hai, khi rao giảng Lời Chúa, người giảng giúp thính giả thấy rõ rằng người đó tin cậy và nương dựa vào quyền năng vốn có trong Lời Chúa hơn là lời của chính mình hay của bất kỳ người nào.[2] Phao-lô khen ngợi người Tê-sa-lô-ni-ca rằng: "Bởi vậy, chúng tôi không ngớt cảm tạ Đức Chúa Trời, vì khi anh em nghe và tiếp nhận lời Đức Chúa Trời từ chúng tôi, anh em không tiếp nhận lời ấy như lời của loài người, nhưng đích thực là lời của Đức Chúa Trời, lời tác động trong anh em là những tín hữu" (1 Tê 2:13). Người ta học cách tin tưởng điều người giảng tin và tôn trọng. Chỉ có giảng giải kinh mới giúp chúng ta đạt được mục đích này.

Thứ ba, giảng giải kinh giúp người giảng bám chặt lấy bản văn để bản văn điều khiển người giảng. Theo cách này,

---

2. John Stott, *Between Two Worlds: The Challenge of Preaching Today* (Grand Rapids: William B. Eerdmans Publishing Company, 1982), 132.

chúng ta có thể hoàn toàn bảo đảm rằng điều chúng ta đang rao giảng là Lời của Đức Giê-hô-va trong bản văn cụ thể đó. Khi không neo chặt vào chân lý của Đức Chúa Trời, người giảng có thể dễ dàng bị trôi dạt bởi những ngọn gió của sự khôn ngoan loài người.

Thứ tư, vì lời Đức Chúa Trời là lời đang được giảng, nên Ngài sẽ xác nhận sứ điệp, và do đó rất có thể người giảng được xem như người có thẩm quyền chứ không như cách người ta cảm nhận về thầy thông giáo (Mat 7:28). Giảng dạy cách có thẩm quyền khác với sự độc tài. Thẩm quyền thiên thượng thật sự được thể hiện trong người giảng khi chân lý của Đức Chúa Trời khiến người đó trở nên nóng cháy. Và khi người đó khao khát Đức Chúa Trời, thì người khác cảm nhận được sức nóng và được thu hút đến với Đấng đang được rao giảng là Chúa Giê-xu.

Giảng giải kinh lấy Đấng Christ làm trọng tâm từ đầu đến cuối. Có bốn từ ngữ chính trong Tân Ước được dùng để nói đến việc giảng Lời Chúa. Từ đầu tiên là *kerysso*. Hầu như mỗi khi từ này được dùng, tân ngữ luôn là Phúc Âm hoặc Chúa Giê-xu.[3] Từ thứ hai là *euaggelizo*. Từ này được dùng trong ngữ cảnh công bố tin tức tốt lành (của Chúa Giê-xu Christ).[4] Từ tiếp theo là *martureo*, ngụ ý việc đưa ra lời

---

3. Walter A. Elwell, ed., *Evangelical Dicctionary of Theology* (Grand Rapids: Baker Academic, 2001), s.v. "Preach, Proclaim," by Hobert K. Farrell.

4. Joseph H. Thayer, *Thayer's Greek-English Lexicon of the New Testament* (Peabody: Hendrickson Publishers, 1996), s.v. "Euaggelizo".

chứng (về chân lý của Chúa Giê-xu Christ)[5]. Cuối cùng là từ *didasko*,[6] nghĩa là 'dạy' hoặc 'chỉ dẫn', thường ám chỉ điều Chúa Giê-xu đã dạy. Qua bốn từ ngữ này, chúng ta có thể thấy Tân Ước lấy Đấng Christ làm trọng tâm như thế nào.[7] Chúng ta cũng nên như thế khi bước lên toà giảng.

Thứ năm, giảng giải kinh giúp chúng ta tránh giải thích sai bản văn vì chưa hiểu rõ ý nghĩa của bản văn, vì đưa quá nhiều suy diễn vào bản văn, hoặc vì hoàn toàn bóp méo Kinh Thánh.[8] Với bất kỳ sai lầm nào, chúng ta đều có thể đi đến chỗ giảng lời dối trá thay vì giảng lẽ thật. Một sinh viên học Lời Chúa và một người giảng Lời Chúa nghiêm túc sẽ không muốn mắc sai lầm nào trong những khuynh hướng này. Phao-lô khuyên Ti-mô-thê "Hãy chuyên tâm để được đẹp lòng Đức Chúa Trời, như người làm công không có gì đáng thẹn, thẳng thắn giảng dạy lời chân chính" (2 Ti 2:15). Giảng dạy Lời Chúa cách đúng đắn khiến người làm công không hổ thẹn trước người thầy là Đức Chúa Trời.

Cuối cùng, giảng giải kinh huấn luyện thính giả nghe theo lối giải kinh để khi họ nghe các cách giảng khác, họ có

---

5. Như trên, s.v. "Martureo".
6. Như trên, s.v. "didasko".
7. Phỏng theo Miguel Núnez, *The Power of God's Word To Transform A Nation: A Biblical and Historical Appeal to Latin American Pastors*; luận án tiến sĩ được trình bày trước ban giáo sư của Viện Thần Học Báp-tít Nam Phương, 11 Tháng Mười Một, 2014.
8. Ramesh Richard. *Preparing Expository Sermons* (Grand Rapids: Baker Books, 2005), 46.

sự trang bị tốt hơn để nhận ra điều sai trật. Và đây là nhiệm vụ sống còn của công tác dạy dỗ và chăn bầy.

Giờ đây, để chuyển sang quan điểm của David về "cách" giảng giải kinh, tôi chỉ đặt ra một câu hỏi: giảng giải kinh có nhiều lợi ích như vậy, tại sao người ta lại muốn giảng theo cách khác?

Giới Thiệu

Bộ Xương Cũ

Thi thể của con người vĩ đại yên nghỉ trong hầm mộ dưới sàn gạch của Nhà nguyện King's College ở Cambridge, Anh quốc, ngay bên trong gần cửa ra vào phía tây. Nơi đó có hai dấu chỉ: "CS" và năm người đàn ông này qua đời "1836". Cả hai đều được khắc vào đá lát vỉa hè được phủ chì. Nếu bạn có cơ hội đứng tại đó – như tôi đã từng đứng với lòng tôn kính – thì hãy biết điều này: bộ xương cũ dưới chân bạn là của người đã đem Kinh Thánh trở về với vai trò trọng tâm trong sinh hoạt của hội thánh tại Anh quốc.

Đó là một ngày buồn trong tháng Mười Một năm 1836 khi có hơn 1.500 giáo sư tham dự lễ tang của Charles Simeon. Đó là con số chưa từng có vào thời điểm đó. Họ đến chào vị Mục sư và người giảng đạo.[1] Charles Simeon là một món quà, món quà Đức Chúa Trời dành tặng cho những người thuộc thế hệ của ông.

Ông cũng là món quà cho thế hệ của chúng ta nữa. Bản năng truyền bá Phúc âm của ông đã đứng vững qua sự thử

---

1. Tôi biết ơn William Carus về các chi tiết xung quanh tang lễ và nơi chôn cất Charles Simeon. William Carus, *Memoirs of the Life of the Rev. Charles Simeon* (London: Hatchard and Son, 1847), 582-83.

rèn của thời gian và có thể đem lại ấn tượng tươi mới trong sự giảng dạy trong thời đại của chúng ta. Vì bài giảng của Simeon có những điều mà phần lớn những bài giảng của chúng ta còn thiếu.

Vậy, chúng ta thiếu gì? Làm sao để bài giảng của chúng ta đem lại lợi ích?

Câu trả lời vô cùng đơn giản và hướng sự chú ý của chúng ta vào chính trọng tâm của điều được gọi là *giảng giải kinh*. Ở phạm vi rộng lớn, niềm xác tín của con người vĩ đại này về Kinh Thánh là nguồn gốc của tầm ảnh hưởng từ ông. Simeon tin rằng việc giải nghĩa Kinh Thánh rõ ràng và đơn giản là điều làm cho hội thánh được khỏe mạnh và vui sướng. Giải thích Kinh Thánh là thực hiện phần nặng nề trong công tác gây dựng hội thánh. Simeon giữ chặt niềm tin không thay đổi này. Trong suốt năm mươi bốn năm, từ chức vụ Mục sư đơn độc ở Hội thánh Holy Trinity tại Cambridge, Anh quốc, ông đã dành cả tâm huyết cho công tác quan trọng hàng đầu của sự giảng dạy một cách không mệt mỏi. Hết tuần này đến tuần khác, hết năm này đến năm nọ, hết thập niên này sang thập niên kia, ông đứng trước hội thánh công bố Lời Đức Chúa Trời cách rõ ràng, đơn giản và đầy quyền năng. Ông định nghĩa niềm xác tín của mình đối với công tác giải thích Kinh Thánh như sau:

> Tôi cố gắng lấy ra điều có sẵn trong Kinh Thánh, chứ không nhét vào điều tôi nghĩ là có trong Kinh Thánh. Tôi nhớ kỹ điều này trong đầu để không bao giờ nói nhiều hơn hay ít

hơn điều tôi tin là ý của Đức Thánh Linh trong phân đoạn tôi đang giải nghĩa.[2]

Simeon cho rằng người giảng có trách nhiệm đối với bản văn. Ông cam kết đứng trên đường thẳng của bản văn, không bao giờ đứng phía trên của đường thẳng bản văn để nói nhiều hơn điều Kinh Thánh nói, và không bao giờ chệch xuống bên dưới đường thẳng của bản văn làm giảm bớt sức ảnh hưởng hay tính trọn vẹn của bản văn.

Ngày nay, niềm xác tín này, tức sự tiết chế một cách chín chắn, thường bị những người giảng dạy Lời Chúa bỏ qua. Thành thật mà nói, đó là điều hủy hoại nhiều hội thánh của chúng ta, cho dù những hội thánh đó có tín lý đúng đắn. Phần lớn điều chúng ta cho là sự rao giảng trung thành với Kinh Thánh thật sự đều không đạt mục đích vì thiếu sự tiết chế. Hãy cho phép tôi là người đầu tiên thừa nhận rằng không phải lúc nào tôi cũng biết tiết chế trong việc nói điều Kinh Thánh nói. Điều tôi cầu xin Chúa là giữa rất nhiều những điều khác, xin Ngài dùng quyển sách nhỏ này để giúp đỡ cho bất cứ ai khảo sát những cách thức mà người giảng dạy Kinh Thánh có thể tái khám phá niềm xác tín này.

Nhưng không chỉ niềm xác tín của Simeon mới đáng được xem xét. Các mục tiêu của Simeon trong giảng dạy cũng cần được nhắc lại. Ông đã trình bày chặt chẽ mục tiêu của việc giải thích Kinh Thánh như sau:

---

2. Handley Carr Glyn Moule, *Charles Simeon* (London: Methuen & Co., 1892), 97.

- để khiến tội nhân hạ mình;
- để Chúa Cứu Thế được tôn cao;
- để thúc đẩy sự thánh khiết.[3]

Không còn gì rõ ràng hơn thế. Đây phải là những mục tiêu hướng dẫn chúng ta ngày nay. Cũng như thế giới thời Simeon, thế giới của chúng ta thật sự cần nhận biết nhân loại đã lún sâu trong sự sa ngã đến mức nào, Chúa Giê-xu Christ đã lên cao đến mức nào, và điều Đức Chúa Trời đòi hỏi nơi con dân Ngài là gì. Cách duy nhất và tốt nhất để giúp thế giới này là rao truyền Lời Đức Chúa Trời trong quyền năng của Thánh Linh. Chúng ta làm điều này bằng cách nào? Công tác đó ra sao?

Giảng giải kinh sẽ cho chúng ta câu trả lời. Giảng giải kinh là cách giảng truyền năng lực, trong đó sự sắp xếp và ý chính của bài giảng tuân theo sự sắp xếp và ý chính của phân đoạn Kinh Thánh một cách hợp lý. Như Simeon đã nói, cách này sẽ làm nổi bật điều Đức Thánh Linh nói trong bản văn, chứ không đưa vào bản văn điều người giảng nghĩ rằng bản văn có thể nói. Tiến trình này có hơi phức tạp một chút. Đây chính là nội dung phần còn lại của sách.

Chúng ta sẽ bắt đầu với việc xem xét những sai lầm mà nhiều người trong chúng ta mắc phải. Cụ thể, đây là những

---

3. Charles Simeon, *Horae Homileticae* (Grand Rapids, MI: Zondervan, 1847), xxi.

sai lầm bắt nguồn từ nỗ lực bối cảnh hóa của chúng ta. Sau đó, chúng ta sẽ bàn đến những thách thức và đòi hỏi khi giải thích một bản văn, hiểu bản văn dưới ánh sáng của toàn bộ kinh điển, rồi giảng bản văn đó trong bối cảnh của chính chúng ta.

Dù quyển sách này thích hợp dùng làm phần dẫn nhập về giảng giải kinh, nhưng một trong những hy vọng của tôi là những người hiện đang ở trong công tác giảng hay dạy Kinh Thánh vẫn nhận thấy sách cung cấp một bộ khung hữu ích, giúp họ lượng giá điều mình đang làm. Sách được dùng như một "bảng theo dõi", một cách cho bạn cơ hội tự hỏi "đây có phải điều tôi đang làm không? Tôi có đang nói điều Kinh Thánh nói không? Tôi có đang thực hiện theo cách giúp người nghe hạ mình, tôn cao Chúa Cứu Thế, và thúc đẩy sự thánh khiết trong đời sống những người có mặt không?"

Có rất nhiều đòi hỏi và thách thức khi giảng giải kinh. Và việc cải thiện khả năng giảng dạy Lời Chúa một cách trung thành không phải dễ dàng. Nhưng tôi chắc chắn một điều: nếu những người giảng đạo và lãnh đạo hội thánh ngày nay để cho niềm xác quyết đơn sơ và mục tiêu của Simeon nói với chúng ta từ phần mộ, thì sự khỏe mạnh và hạnh phúc của hội thánh có thể được phục hồi.

Vậy, chúng ta hãy bắt đầu.

Chương 1

Bối Cảnh Hoá

Bối cảnh hóa là việc làm thiết yếu để giải nghĩa đúng. Và bản thảo bài giảng mà chúng ta có được từ Thánh Augustine khiến một số người cho rằng ông đã làm khá tốt việc này.

> Do đó, khi Augustine đề xuất những ý kiến về xã hội được lấy trực tiếp từ các tác phẩm kinh điển của ngoại giáo, chúng ta không nên nghĩ rằng ông ấy đang làm điều đó với nỗ lực có ý thức nhằm tạo ấn tượng với những người ngoại giáo về văn hóa của ông, hoặc nhằm nài nỉ họ gia nhập hội thánh bằng cách trích dẫn các tác giả họ yêu thích. Ông đã làm điều đó một cách không tính toán như khi chúng ta ngày nay nói rằng quả đất tròn... Ông trình bày tối đa những gì mình phải nói...như là chuyện thường tình.[1]

Thái độ của Augustine đối với công tác bối cảnh hóa dạy chúng ta về mối liên hệ của bối cảnh hóa với việc giảng và tôi thích điều đó. Khả năng kết nối với người nghe cách đáng ngạc nhiên của ông là kết quả của mối quan tâm chung về cuộc sống. Đó không phải là kết quả có tính toán, đạt được nhờ thu hoạch những tham khảo văn hóa với hy vọng có được kết quả thích hợp. Chương này sẽ bàn đến những vấn

---

1. Peter Brown, *Through the Eye of a Needle* (Princeton, NJ: Princeton University Press, 2012), 54.

đề nổi lên khi việc bối cảnh hóa có tính toán như thế điều khiển người giảng trong khi soạn bài giảng.

Trong phần giới thiệu, chúng ta đã có cái nhìn thoáng qua về việc giảng giải kinh phải như thế nào. Đó là nỗ lực nhằm làm nổi bật điều Kinh Thánh nói, không hề nhồi nhét vào bản văn điều Đức Thánh Linh không nói, và làm việc này với một phần Kinh Thánh cụ thể trong cách thức khiến người nghe hạ mình một cách đúng đắn, tôn cao Chúa Cứu Thế và thúc đẩy sự thánh khiết trong đời sống của những người hiện diện. Dù chúng ta chưa mô tả bài giảng phải thực hiện tất cả những việc này như thế nào, nhưng tại đây rất đáng cho chúng ta dành thời gian xem xét một số phương cách thường gặp khiến việc giảng dạy của chúng ta không đạt mục đích.

Vấn Đề Áp Dụng Cách Mù Quáng

Bản văn   **Bối cảnh hoá**   **Chúng ta / bây giờ**

Tôi muốn hàm ý điều gì khi nói về bối cảnh hóa trong bài giảng?[2] Nói đơn giản, việc bối cảnh hóa trong bài giảng

---

2. Phác hoạ này, sẽ được phát triển xuyên suốt quyển sách, là quan điểm riêng của tôi dựa trên đồ họa do Edmund Clowney thể hiện cách đây khá lâu trong *Preaching Christ in All of Scripture* (Wheaton, IL: Crossway, 2003), 32. Tôi thực hiện theo cùng một

là truyền đạt sứ điệp Phúc âm sao cho dễ hiểu hoặc thích hợp với bối cảnh văn hóa của người nghe. Đó là cách suy nghĩ đến việc giảng tập trung vào thính giả. Nói cách khác, việc bối cảnh hóa liên quan đến *chúng ta* và *ngày nay*. Đó là cách bày tỏ cam kết giảng sao cho thích hợp và có thể áp dụng ngày nay. Đây là lý do tôi sẽ đưa ra cách tiếp cận có tính xây dựng đối với đề tài này trong chương 4.

Tuy nhiên, một trong những nan đề của việc giảng Lời Chúa ngày nay là trọng tâm của bối cảnh hóa bị đặt không đúng chỗ. Khi nâng bối cảnh hóa lên thành một phương pháp nghiên cứu tập trung quá mức vào lợi ích thực tế, một số người giảng giải thích bản văn Kinh Thánh cách bừa bãi và miễn cưỡng. Đây là vấn đề *áp dụng bối cảnh hoá cách mù quáng*. Từ mong ước lành mạnh là thúc đẩy sứ mạng của hội thánh tiến tới, người giảng *hoàn toàn chỉ* tập trung soạn bài theo những cách thức mang tính sáng tạo và nghệ thuật sao cho bài giảng của người đó trở nên thích hợp và cung ứng điều thính giả muốn nghe. Thay vì phân tích bản văn và kết nối với thính giả một cách thích hợp, thì bài giảng hoàn toàn phụ thuộc vào thính giả, giống như điều Phao-lô đã nhắc nhở Ti-mô-thê: "Vì sẽ đến một thời điểm người ta không chịu nghe giáo lý chân chính nhưng theo tư dục mà quy tụ nhiều giáo sư quanh mình để được nghe những lời êm tai; họ bịt tai không nghe chân lý mà hướng đến những chuyện hoang đường" (2 Ti 4:3-4).

---

cách mà các nhạc sĩ Cơ Đốc dùng một bài thánh ca cũ và phối âm lại.

Hãy nghĩ về việc này. Một số người giảng dành thời gian đọc và suy ngẫm về bối cảnh hiện tại nhiều hơn là dành thời gian suy ngẫm Lời Chúa. Chúng ta bị mắc kẹt trong việc thuyết giảng về thế giới hay thành phố của chúng ta với nỗ lực làm cho bài giảng trở nên có liên quan đến thính giả. Kết quả là chúng ta chấp nhận việc tạo những ấn tượng hời hợt về bản văn. Chúng ta quên rằng bản văn Kinh Thánh là những lời thích đáng, đòi hỏi chúng ta dồn hết năng lực để suy ngẫm và giải thích.

Nói cách khác, người giảng chắc chắn không đạt mục tiêu của việc diễn giải Kinh Thánh khi để cho bối cảnh mà người ấy đang cố gắng chinh phục cho Đấng Christ điều khiển Lời người ấy nói về Đấng Christ. Như tôi đã nói trong phần giới thiệu, đây là điều hủy hoại nhiều hội thánh của chúng ta. Quá nhiều người trong chúng ta vô tình nghĩ rằng sự hiểu biết dựa trên nghiên cứu cẩn thận bối cảnh văn hóa, thay vì Kinh Thánh, là chìa khóa để giảng dạy với năng quyền.

Việc áp dụng bối cảnh hóa một cách mù quáng (chứ không phải việc sử dụng bối cảnh hóa cách thích hợp!) biến đổi bài giảng của chúng ta ít nhất theo ba cách, và không cách nào là tốt cả. Thứ nhất, nó làm hỏng cách nhìn của chúng ta khi nghiên cứu – trong khi chuẩn bị bài giảng, tâm trí người giảng chỉ nghĩ đến thế giới thay vì đến Lời Chúa. Điều này dẫn đến *cách giảng tạo ấn tượng*. Thứ hai, nó thay đổi cách chúng ta sử dụng bài giảng – Lời Chúa bây giờ hậu thuẫn cho kế hoạch và mục đích của chúng ta là khiến người nghe say mê, thay vì hậu thuẫn kế hoạch và mục đích của Chúa. Đây là *cách giảng tìm điểm tựa*. Cuối cùng, nó thay đổi cách chúng ta hiểu về thẩm quyền – cách giải thích theo kiểu bồi linh "tươi mới" và "được Thánh Linh dẫn dắt" của người giảng trở thành lẽ thật mang tính quyết định. Tôi gọi đây là *cách giảng "được linh cảm"*.

Chúng ta hãy xem xét từng cách giảng này một cách chi tiết hơn. Tôi nghĩ chúng ta sẽ thấy rằng một vài trong số những điều chúng ta cho là giảng giải kinh thật sự không phải là giảng giải kinh.

Giảng Gây Ấn Tượng

Trong những năm của thập niên 1850, phong cách nghệ thuật chủ đạo là *chủ nghĩa hiện thực*. Đó là phong trào nhằm mô tả điều người nghệ sĩ nhìn thấy càng chân thực càng tốt. Bức tranh vẽ tương đương với bức hình chụp. Họ cố gắng mô tả sao cho phản ánh đúng hiện thực. Claude Monet và Pierre-August Renoir, hai sinh viên trẻ được huấn luyện theo trường phái hiện thực, đã trở thành bạn bè và bắt đầu vẽ tranh cùng với nhiều người khác. Thế hệ trẻ này có khuynh hướng dùng gam màu sáng hơn so với những người hướng dẫn họ theo chủ nghĩa hiện thực, và họ thích vẽ về cuộc sống đương đại hơn là khung cảnh lịch sử hay thần thoại, cũng như cố tình bỏ quên chủ nghĩa lãng mạn của các thế hệ trước đó.

Buổi triển lãm và tranh tài nghệ thuật *Salon de Paris* (Triển lãm ở Paris) năm 1863 là thời điểm quyết định giúp những họa sĩ trẻ tuổi này bắt đầu khẳng định tên tuổi dưới tư cách là một nhóm. Có quá nhiều bức tranh của họ bị những nhà đánh giá từ chối đến mức sau đó họ phải tổ chức một buổi triển lãm khác với tên gọi *Salon des Refusés* (Triển lãm của Người bị khước từ).[3] Trong suốt mười năm tiếp theo, những nghệ sĩ trẻ không ngừng thỉnh cầu tổ chức các cuộc triển lãm khác để giới thiệu phong cách hội họa mới của họ, nhưng họ liên tục bị từ chối.

Năm 1873, Monet, Renoir và nhiều người khác thành lập một liên minh ẩn danh của các nghệ sĩ để giới thiệu công việc của họ một cách độc lập. Cuộc triển lãm công khai đầu tiên của nhóm này diễn ra vào tháng Tư năm 1874 tại Paris. Nhưng phong cách của họ đã thay đổi nhiều. Renoir đã bắt đầu thử nghiệm bằng cách *thay đổi thực tế* của những điều ông nhìn thấy – một bước rõ rệt tách khỏi chủ nghĩa hiện thực. Monet bắt đầu vẽ bằng nét vẽ nguệch ngoạc hơn, mô tả nét chung của điều ông thấy hơn là sự thể hiện chính xác, điều mà thế hệ trước đó vẫn còn ưa thích. Ví dụ, tác phẩm *Impression, Sunrise* của Monet mô tả Cảng Le Havre lúc bình minh. Nhận ra rằng đây không phải là cảnh thật của cảng, Monet thêm vào tựa đề chữ "ấn tượng" khi được hỏi tên tác phẩm. Tựa đề đó sau này bị một nhà phê bình dùng để chế nhạo các nghệ sĩ, gọi họ là "người theo trường phái ấn tượng". Đó là một phong trào mới và độc đáo của nghệ thuật và nghệ sĩ.

---

3. Bernard Denvir, *The Thames and Hudson Encyclopaedia of Impressionism* (London: Thames and Hudson, 1990).

Một trong những đổi mới táo bạo nhất của nhóm là việc sử dụng ánh sáng. Ví dụ, tác phẩm *Dance at Moulin de la Galette* của Renoir năm 1876 phác họa một buổi tiệc có khiêu vũ trong vườn tại quận Montmartre ở Paris. Trong bức tranh, Renoir tô màu trắng cho nền hoặc trên đỉnh của chiếc áo vét xanh dương để nói lên rằng mặt trời đang chiếu ở đó. Việc thay thế ánh sáng bắt đầu cường điệu các chi tiết và làm sai lệch điều người nghệ sĩ thật sự nhìn thấy.

Phương pháp của người theo trường phái ấn tượng là tiếp nhận điều mắt nhìn thấy và giải thích nó, cường điệu nó, phớt lờ một phần nào đó, và cuối cùng bóp méo nó.

Bây giờ, hãy nghĩ đến việc bạn làm khi bạn ngồi xuống chuẩn bị bài giảng. Bạn mở Kinh Thánh ra. Bạn không có nhiều thời gian. Có lẽ bạn còn có một hay hai buổi họp vào tối nay. Bạn có thể còn phải hướng dẫn gia đình hoặc nhân sự. Chắc chắn bạn có nhiều việc phải làm trong chức vụ. Nhưng Chúa Nhật này bạn cần có gì đó để nói. Vì vậy bạn bắt đầu đọc đoạn Kinh Thánh và ghi chú vào máy tính theo cách người nghệ sĩ làm với bức vẽ của mình – những liên kết sặc sỡ, nhanh gọn giữa Lời Chúa và thế giới theo hiểu biết của bạn.

Bạn đang tìm kiếm điều bạn biết rằng sẽ tạo *ấn tượng* tức thì trên người nghe. Bạn bắt đầu thích thú với sự chuyển hướng nhất thời này. Công việc cũng không mấy khó khăn. Chẳng bao lâu ý chính sẽ xuất hiện. Bạn thực hiện việc bối cảnh hóa cách tốt đẹp, bởi vì cũng như hội chúng của bạn vào Chúa Nhật, bạn không thiết tha lắm với những điều thuộc về lịch sử. Thật ra, về một phương diện, bạn có được việc làm này vì bạn đã gây được ấn tượng với họ khi khéo léo đưa ra những sứ điệp thu hút sự chú ý thay vì trình bày từ chủ nghĩa hiện thực cổ đại khó hiểu về bối cảnh thời Kinh Thánh. Bài nghiên cứu chi tiết về bản văn thì để sau.

Cũng như sứ điệp tuần trước, sứ điệp tuần này sẽ tập trung vào những ấn tượng thích hợp bạn rút ra từ phân đoạn Kinh Thánh. Phần áp dụng có vẻ đã xuất hiện như những tia sáng để bạn phủ lên hội chúng bằng gam màu đậm. Bạn liếc nhìn đồng hồ để xem giờ. Bạn đã soạn bài giảng được mười lăm phút.

Đây là cách giảng gây ấn tượng.

Nhiều người giảng theo cách này. Thật vậy, có lẽ đây là vấn nạn đáng kể nhất mà những người giảng Lời Chúa ngày nay đối diện. Cách giảng gây ấn tượng không bị giới hạn bởi thực tế của bản văn. Cách giảng này bỏ qua những đường nét lịch sử, văn chương và thần học của bản văn. Chỉ trong vài phút, những chiếc cọ lướt qua nhiều công cụ giải thích Kinh Thánh mà bạn đã mất thời gian phát triển chúng. Trong khi người họa sĩ theo trường phái hiện thực nhìn đối tượng mười lần trước khi vẽ một nét, thì người theo trường phái ấn tượng nhìn một lần rồi vẽ mười nét lên bức tranh kinh nghiệm của con người. Và người giảng theo cách gây ấn tượng cũng vậy.

Rõ ràng rằng cách giảng gây ấn tượng thì dễ hơn và nhanh hơn. Điều này càng có ý nghĩa hơn khi bạn bận rộn.

Nhưng bạn cần biết rằng điều đó có nghĩa là thực tế bạn đang làm điều mình muốn làm với bản văn Kinh Thánh.

Chúng ta hãy xem một ví dụ. Thử tưởng tượng bạn phải chuẩn bị một bài giảng cho "các phụ huynh trẻ tuổi". Bạn quyết định giảng ở 1 Sa-mu-ên 2:12-21. Bây giờ hãy dành thời gian đọc phân đoạn này:

> Lúc bấy giờ, hai con trai của Hê-li thật là đồi bại, không biết gì đến Đức Giê-hô-va. Dù là thầy tế lễ, họ thường đối xử với dân chúng như thế nầy: Mỗi khi có ai dâng sinh tế, thì đầy tớ của thầy tế lễ đến trong lúc người ta đang nấu thịt, tay cầm xiên ba, thọc vào trong cái chảo hoặc nồi, vạc, hay là chảo nhỏ. Hễ miếng nào dính vào xiên ba, thì thầy tế lễ lấy cho mình. Đó là cách họ đã làm tại Si-lô đối với tất cả những người Y-sơ-ra-ên đến đó. Hơn nữa, trước khi người ta xông mỡ, đầy tớ của thầy tế lễ cũng đến nói với người dâng sinh tế rằng: "Hãy đưa thịt cho thầy tế lễ để nướng, vì ông sẽ không nhận thịt luộc, nhưng chỉ nhận thịt sống mà thôi." Nếu ai trả lời: "Hãy để người ta xông mỡ trước, sau đó ông sẽ lấy bất cứ thứ gì tùy ý," thì người đầy tớ ấy nói: "Không! Phải đưa ngay bây giờ, nếu không, tôi sẽ giật lấy! Tội lỗi của hai thanh niên nầy thật nghiêm trọng đối với Đức Giê-hô-va, vì họ khinh thường các lễ vật dâng lên Đức Giê-hô-va.
>
> Trong khi đó, Sa-mu-ên phụng sự trước mặt Đức Giê-hô-va. Cậu bé thắt một cái ê-phót bằng vải gai. Mỗi năm, mẹ cậu may một cái áo choàng nhỏ đem cho cậu, khi bà cùng chồng lên dâng sinh tế hằng năm. Hê-li chúc phước cho Ên-ca-na và An-ne rằng: "Cầu xin Đức Giê-hô-va cho người phụ nữ nầy sinh con cái cho ông, để thay thế đứa con bà

đã cầu xin và đem dâng cho Đức Giê-hô-va!". Sau đó, họ trở về nhà mình.

Đức Giê-hô-va đoái xem An-ne; bà thụ thai, và sinh được ba trai hai gái. Còn cậu bé Sa-mu-ên khôn lớn trước mặt Đức Giê-hô-va.

Trong lần đọc đầu tiên, có ba điều đáng chú ý:

1. Bản văn giới thiệu với bạn hai kiểu cha mẹ và con cái: Ê-li và hai người con vô dụng của ông, An-ne và cậu bé Sa-mu-ên, là người đang phục sự Đức Chúa Trời.

2. Bạn ấn tượng bởi sự tương phản giữa họ. Câu chuyện của Ê-li giống như cẩm nang về cách dạy con tồi tệ, còn cách giáo dục của An-ne đem lại kết quả tốt hơn.

3. Bạn rút ra hai áp dụng cho sứ điệp của mình. Thứ nhất, cha mẹ tồi tệ để cho con mình ăn quá nhiều, còn cha mẹ tốt thì không. Thật ghê tởm khi hai con trai Ê-li ăn ngấu nghiến của tế lễ! Thứ hai, cha mẹ tệ không tận dụng môi trường hội thánh để khuyến khích con mình hướng đến sự tin kính, còn cha mẹ tốt luôn luôn có mặt và sẵn sàng giúp đỡ. Thật tuyệt vời cho An-ne khi để Sa-mu-ên có mặt ở đền thờ hễ khi nào cửa đền thờ mở!

Vậy đó. Bạn đã có được bố cục. Điều quan trọng nhất là bạn biết bài giảng của mình sẽ nhận được tiếng nói chung với những bậc phụ huynh trẻ trong hội thánh. Bạn có thể nói về tình trạng thể chất của con cái. Bạn sẽ không mất nhiều thời gian để bối cảnh hóa những nguyên tắc tương tự áp dụng được cho cả sức khỏe thuộc linh của họ.

Rồi bạn trình bày bài giảng. Bạn biết điều tiếp theo là các chương trình mới về trẻ em được khởi động từ bài giảng này. Thật tuyệt, vì người ta đang nói về nuôi dạy con theo quan điểm Cơ Đốc.

Loại bài giảng gây ấn tượng như thế này đang gia tăng tại các hội thánh. Thật sự không có gì ngạc nhiên khi chúng ta không dành thời gian soạn bài giảng. Chúng ta không cần phải soạn bài giảng. Chúng ta có thể làm việc này cách mau chóng và có hiệu quả. Việc này gần như là kiểu giảng ứng khẩu.

Cũng vậy, chúng ta đánh mất sự phong phú trong Lời Chúa. Chúng ta bỏ qua ý chính của bản văn. Nếu chúng ta đọc thêm vài lần nữa, có thể chúng ta sẽ nhận ra mối quan tâm chính của 1 Sa 2:12-21 không phải là cách dạy con. Đó là sự thánh khiết của Đức Chúa Trời. Đúng vậy, *phân đoạn này nói về Đức Chúa Trời* và vai trò lãnh đạo tồi tệ trong dân sự Chúa khiến chính Ngài bị nhạo báng ra sao. Vấn đề được trình bày trong bản văn là Đức Chúa Trời không được thờ phượng cách đúng đắn. Và nếu chúng ta tiếp tục đào sâu trong sách, chúng ta sẽ nhận ra rằng có một mô-típ thay thế ở đây trong gia đình của Đức Chúa Trời. Bản văn đem Sa-mu-ên đến đúng vào lúc này vì Sa-mu-ên thay thế hai con trai Ê-li để dẫn dắt sự thờ phượng Chúa theo Lời Chúa. Công việc Chúa không được thực hiện vì Lời Chúa đã bị bỏ dở.

Dẫu vậy, khi hoàn cảnh dường như vô vọng, Đức Chúa Trời sẽ dấy lên một người và một thầy tế lễ khác để lãnh đạo.

Có phải điều này có nghĩa là chúng ta không thể dùng bản văn này để giảng về cách dạy con không? Không hẳn vậy. Nhưng nó có nghĩa là chúng ta không được bỏ qua ý chính của phân đoạn. Những áp dụng có thể rút ra không được che mờ ý chính của bản văn. Mặc dù từ bản văn này chúng ta có thể nói những điều đúng về cách dạy con trong Kinh Thánh, nhưng chúng ta nên làm điều này sao cho thể hiện sự tôn trọng điểm chính của phân đoạn Kinh Thánh. Điểm khác biệt là đây. Và đó cũng là một thách thức. Chúng ta đọc những câu chuyện này rồi cuối cùng lại bỏ qua điều Thánh Linh muốn nhấn mạnh khi biến Lời Chúa thành những nguyên tắc để sống tin kính. Trong ví dụ ở 1 Sa-mu-ên, chúng ta hoàn toàn bỏ qua việc Đấng Christ thay thế chức vụ tế lễ thất bại. Trong trường phái ấn tượng, chúng ta đã lạc mất Chúa Giê-xu. Và thay vào chỗ của Ngài là những bậc phụ huynh trung thành với chủ nghĩa đạo đức hơn với sứ điệp Cơ Đốc.

Loại bài giảng gây ấn tượng kiểu này phát triển mạnh khi "những sự lo lắng về đời này" (Mác 4:19) lộ rõ hơn hết. Cho dù trong môi trường hướng đến kết quả của cộng đồng kinh doanh, trong nền văn hóa hướng đến công việc giống như ở Đông Á, hay trong bối cảnh của những nước đang phát triển (như bối cảnh mà nhóm của tôi đang phục vụ tại Nam Á), thì cách giảng gây ấn tượng thường là kết quả từ những áp lực của chủ nghĩa thực dụng trên những người được giao trách nhiệm giảng Lời Chúa. Tôi cảm thông với họ.

Điều quan trọng cần lưu ý là cách giảng gây ấn tượng không phải là cốt lõi của vấn đề. Đó là kết quả tự nhiên của việc *áp dụng bối cảnh hoá cách mù quáng* và thế nào sự áp dụng đó độc chiếm trong thời đại chúng ta. Chúng ta cần nhớ niềm xác quyết giúp Charles Simeon tiết chế trong việc nghiên cứu: để làm nổi bật điều Kinh Thánh nói. Thật dễ để cho phương pháp gây ấn tượng chi phối trong khi nghiên cứu và soạn bài giảng. Nhất là nếu bạn thuộc tuýp người hợp thời (v.d. hợp thời trang, sành điệu) hoặc đang cố trở nên như vậy, thì phương pháp này có thể trở thành cô-ca-in để bạn hít trong nơi riêng tư. Và nếu bạn có chút thành công, bạn có thể bắt đầu tin rằng bạn là một người biết giải thích Kinh Thánh. Nhưng như chúng ta sẽ thấy trong các chương tiếp theo, giải thích Kinh Thánh đòi hỏi một cách tiếp cận khác trong sự nghiên cứu.

Cách Giảng Tìm Điểm Tựa

Chúng ta không nói đến việc nghiên cứu nữa mà hãy nghĩ về cách chúng ta dùng Kinh Thánh trong bài giảng. Nhà thơ Xcốt-len Andrew Land đã có lần giáng một quả đấm khôi hài vào những nhà chính trị trong thời của ông bằng dòng thơ tài tình kết tội họ thao túng những con số thống kê.[4] Bằng chút thay đổi trong ngôn ngữ, lời châm biếm có

---

4. Không rõ về nguồn gốc câu chuyện của Andrew Land và câu trích dẫn, dù nó được trích rộng rãi trong các bộ sưu tập lời trích

thế cũng nhắm vào nhiều giáo viên dạy Kinh Thánh ngày nay: "Một số người giảng dùng Kinh Thánh như cách người say rượu dùng cột đèn...để làm điểm tựa hơn là để soi sáng".

Đây là người giảng bị "say rượu". Tôi nghĩ rằng tôi không cần phải nói rằng bạn không muốn trở thành người giảng như vậy. Dù sự thật là nhiều người trong chúng ta đang như thế mà không biết.

Hãy để tôi giải thích. Những khi chúng ta đứng lên và dựa vào Kinh Thánh để hậu thuẫn điều chúng ta muốn nói thay vì chỉ nói điều Chúa nói trong Kinh Thánh, thì chúng ta giống như người say dựa vào cột đèn – dùng Kinh Thánh để đỡ mình hơn là để soi sáng. Tư thế đúng đắn hơn của người giảng Lời Chúa là trực tiếp ở dưới bản văn Kinh Thánh. Vì

---

dẫn, chẳng hạn như Elizabeth M. Knowles, *The Oxford Dictionary of Quotations*, 7th ed. (Oxford: Oxford University Press, 2009), 478: 12.

chính Kinh Thánh, chứ không phải người giảng, là Lời của Thánh Linh (xem Hê 3:7; Gi 6:63).

Có lẽ một trong những ví dụ rõ nhất và gây tổn hại nhất của khuynh hướng này là phúc âm giả được biết đến dưới tên gọi *phúc âm thịnh vượng*. Trong những lần đến Kenya, tôi được nghe rất nhiều lần về việc giảng tại những khu vực khác ở châu Phi, đó là việc người giảng Lời Chúa ở nam bán cầu đứng lên và chỉ vào Kinh Thánh, hứa hẹn quá nhiều về sức khỏe và sự giàu sang trong đời này mà Kinh Thánh hoàn toàn không hứa. Điều này có thể giúp ích cho mục đích của người giảng, nhưng bỏ qua Lẽ Thật của Kinh Thánh.

Với hàng chục năm kinh nghiệm trong chức vụ Mục sư, tôi có thể nhớ lại nhiều lần tôi cũng là người giảng theo cách tìm điểm tựa. Tôi dùng Kinh Thánh để yểm trợ cho điều tôi nghĩ rằng cần phải được nói ra. Điều này trở thành một công cụ hữu ích cho tôi. Kinh Thánh giúp tôi hoàn thành điều tôi nghĩ trong đầu. Thỉnh thoảng, tôi quên mất sự thật rằng *tôi* phải là công cụ – người Đức Chúa Trời sử dụng cho mục đích Ngài đã định. Tôi phải bày tỏ sự sáng Ngài muốn tỏa ra từ một phân đoạn Kinh Thánh cụ thể.

Điều đã xảy đến với tôi trong quá khứ cũng có thể xảy ra với bất kỳ ai trong chúng ta. Chúng ta sử dụng Kinh Thánh như người say dùng cột đèn theo nhiều cách khác nhau. Có lẽ bạn có những quan điểm về giáo lý mạnh mẽ đến không ngờ và chúng trở thành ý chính trong từng phân đoạn bạn giảng, cho dù phân đoạn Kinh Thánh đó có nói hay không. Có lẽ bạn rút ra những kết luận mang tính chính trị, xã hội hay trị liệu mà không quan tâm đến ý của Thánh Linh trong bản văn. Về cơ bản, xu hướng thích giảng theo cách tìm điểm tựa hơn giảng giải kinh bắt nguồn từ một điều: Chúng ta thêm vào bản văn Kinh Thánh những đam mê, kế hoạch và cách nhìn sâu sắc chứa đựng trong lòng. Khi làm như vậy, Kinh Thánh chỉ là vật hậu thuẫn cho điều chúng ta phải nói.

Để tôi cho bạn một ví dụ của chính tôi về cách điều này có thể xảy ra nhanh chóng như thế nào. Cách đây nhiều năm, tôi đang giảng thư 2 Cô-rinh-tô. Khi giảng đến chương 8 và 9, tôi quyết định bỏ qua hai chương này, mà tiếp tục với chương 10. Lý do rất đơn giản. Tôi muốn giảng chương 8 và 9 sau. Những chương này nói về tiền bạc đúng không? Tôi nghĩ trong lòng "Các vị trưởng lão sắp đến gặp tôi để yêu cầu tôi giảng về vai trò quản lý". Lúc đó, hội thánh chúng tôi đang rất ổn về mặt tài chính. Để dành phân đoạn đó cho đến khi chúng tôi cần có thêm tài chính để không mắc nợ là điều hợp lý. Vì vậy tôi bỏ qua chương 8 và 9. Đây là việc hiếm có đối với một người giảng liên tục từng chương cách cứng ngắc như tôi.

Đương nhiên, thời điểm đó cũng đến. Tôi mở 2 Cô-rinh-tô chương 8 và 9 để chuẩn bị bài giảng về tầm quan trọng của việc dâng hiến rời rộng. Giờ thì điều quan trọng bạn cần biết là trước khi tôi nghiên cứu, tôi đã có ý tưởng rất rõ ràng về điều tôi sẽ nói trong bài giảng của mình. Mọi lời nói của tôi sẽ tập trung vào ba câu Kinh Thánh nhấn mạnh hình ảnh người dâng hiến cách vui vẻ:

"Hãy nhớ rằng: Ai gieo ít thì gặt ít, ai gieo nhiều thì gặt nhiều. Mỗi người nên quyên góp tùy theo lòng mình đã định, không miễn cưỡng hoặc do ép buộc vì Đức Chúa Trời yêu mến người dâng hiến một cách vui lòng. Đức Chúa Trời có quyền ban cho anh em ân điển sung mãn để đáp ứng mọi nhu cầu của anh em, lại còn có dư dật để làm mọi việc lành, như có chép rằng: Người ban phát rộng rãi, giúp đỡ kẻ nghèo khó; sự công chính của người tồn tại mãi mãi" (2 Cô 9:6-9).

Trước nhất, tôi sẽ bắt đầu với thái độ Chúa muốn chúng ta có đối với tiền bạc. Câu 6 nói rằng ban cho rộng rãi nghĩa là sẽ gặt cách rời rộng. (Tôi thích bắt đầu với thái độ vì nó nối phần giới thiệu của tôi với phần áp dụng về việc "dâng"). Rốt cuộc, câu 7 nói Chúa yêu mến người dâng hiến cách vui lòng. Động cơ thúc đẩy sự dâng hiến (Đức Chúa Trời sẽ ban cho bạn lại) là ý thứ hai của tôi. Câu 8 nói "Đức Chúa Trời có quyền ban cho anh em đủ mọi thứ ơn đầy dẫy". Cuối cùng, tôi nói đến câu trích từ Thi Thiên để cho thấy sự khích lệ từ thiên thượng đối với lòng rộng rãi. Vì câu 9 dường như ngụ ý rằng chính Đức Chúa Trời "rải ra cách rộng rãi", nên bố cục gồm ba ý của tôi sẽ như thế này:

1. 2 Cô-rinh-tô 9:6-7 – Dâng cho Chúa (đây là thái độ Ngài muốn chúng ta có).

2. 2 Cô-rinh-tô 9:8 – Nhận được điều tốt lành từ Đức Chúa Trời (điều này nói đến động cơ của chúng ta).

3. 2 Cô-rinh-tô 9:9 – Dâng hiến là cách chúng ta bắt chước Chúa (Cựu Ước dạy như vậy).

Mặc dù tôi không lắng nghe kỹ bản văn, nhưng tôi biết bài giảng của tôi sẽ dễ nghe. Tôi đang tiến xa trên con đường trình bày một sứ điệp rất thực tế và sâu sắc. Tôi biết điều tín hữu của mình cần, và Kinh Thánh xác nhận ý của tôi.

Nhưng rồi điều thú vị đã xảy ra. Trước ngày Chúa Nhật, và trước khi bắt đầu phần mở đầu bài giảng, tôi nghiên cứu bối cảnh của những đoạn này. Và điều tôi khám phá đã làm lung lay nền móng của mọi điều tôi dự định nói ra. Từ 1 Cô 16:1-4 và Công 11:27-30, tôi nhận ra rằng những câu tôi đưa ra liên quan đến nạn đói và nhu cầu giữa vòng một số hội thánh. Bản văn về sự dâng hiến rời rộng không nói đến việc dâng hiến thường xuyên vào ngân sách của hội thánh địa phương. Bản văn đó nói đến việc quyên góp để cứu đói cho các hội thánh có nhiều tín hữu là người Do Thái ở các vùng khác nhau trên thế giới.

Tệ hơn nữa là tôi còn tìm thấy những điều khác nữa. Từ 2 Cô 11:5 và 12:11, tôi biết rằng sự tranh cãi chính trong thư tín này là về chức vụ dường như yếu kém của Phao-lô so với các siêu sứ đồ là những người sở hữu loại quyền năng mà hội chúng ở Cô-rinh-tô tôn trọng. Phao-lô không khéo léo về ăn nói (11:6), là người khiêm tốn (11:7), luôn thiếu thốn (11:9), và không có nguồn lực tài chính (12:14-15). Đây là bối cảnh của các đoạn nói về sự dâng hiến. Rồi một ý nghĩ lóe lên trong trí tôi. Sự dâng hiến ở đây là một thử nghiệm! Nếu người Cô-rinh-tô ban cho cách rộng rãi, thì điều đó chứng tỏ rằng họ đồng cảm với "sự yếu đuối" và sẵn sàng đáp ứng nhu cầu của những người yếu đuối. Còn nếu họ dâng cách dè xẻn cho quỹ cứu trợ, thì điều đó cho thấy họ chỉ ủng hộ những người đầy đủ. Tôi bất ngờ nhận ra rằng tôi đang thật sự có nguy cơ hiểu sai toàn bộ thư tín này.

Vậy là mọi thứ đã sụp đổ. Khi tôi xem lại câu Thi Thiên được trích dẫn ở 2 Cô 9:9 – là câu tôi cho rằng dạy chúng ta ban cho cách rộng rãi nghĩa là chúng ta đang bắt chước Chúa – thì ngược lại, tôi phát hiện ra rằng điều đó có nghĩa là chúng ta giống "người công bình". Ý của Phao-lô không phải là người Cô-rinh-tô phải ban cho cách rộng rãi để bắt chước Chúa. Ngược lại, ban cho rộng rãi là dấu hiệu thường thấy của những người theo Chúa.

Lúc này, tôi biết tôi đang gặp rắc rối. Mặc dù tôi đã sắp đặt một bố cục tuyệt vời từ Kinh Thánh để đạt được mục tiêu của mình là nói đến việc thiếu hụt ngân sách của chúng tôi, nhưng tôi chỉ dựa vào Kinh Thánh giống như cách người say sử dụng cột đèn – để tìm điểm tựa hơn là soi sáng.

Những câu hỏi còn lại mà tôi phải trả lời là: Ai là vua? Tôi hay là bản văn Kinh Thánh? Tôi sẽ điều khiển bản văn trong tuần này hay bản văn sẽ điều khiển tôi? Tôi sẽ dùng Kinh Thánh cho mục đích và kế hoạch của mình hay tôi sẽ phục tùng Kinh Thánh, để cho sự soi sáng của Đức Thánh Linh phán với hội chúng của tôi?

Trong phần phân tích cuối cùng, niềm xác quyết đã khiến Charles Simeon biết tiết chế cách chín chắn đã thắng tôi. "Tôi nhớ kỹ điều này trong đầu để không bao giờ nói nhiều hơn hay ít hơn điều tôi tin là ý của Đức Thánh Linh trong phân đoạn tôi đang giải nghĩa".[5]

Từ kinh nghiệm cá nhân, tôi có thể nói rằng những tranh chiến của chính tôi với cách giảng tìm điểm tựa luôn có liên quan tới *việc áp dụng bối cảnh hoá một cách mù quáng*. Và điều tôi học được là: nhu cầu của hội thánh, được nhận diện nhờ sự hiểu biết được bối cảnh hóa, không bao giờ trở thành sức mạnh thúc đẩy ẩn sau điều tôi nói trong bài giảng. Chúng ta không được tự ý dùng Kinh Thánh để thực hiện điều mình muốn. Kinh Thánh là tối cao. Kinh Thánh phải thắng. Luôn luôn là như vậy.

Vai trò của chúng ta trong tư cách người giảng Lời Chúa và người dạy Kinh Thánh là ở dưới sự soi sáng của Lời đã được Đức Thánh Linh ghi lại từ lâu. Công việc của chúng ta là nói điều Đức Chúa Trời đã từng nói và chỉ bấy nhiêu đó. Vì Ngài vẫn còn phán qua công việc của chúng ta.

Giảng "Được Linh Cảm"

Chúng ta đã xem hai kết quả tiêu cực từ việc áp dụng bối cảnh hóa cách mù quáng trong cách giải thích Kinh Thánh. Thứ nhất, chúng ta khám phá ảnh hưởng của phương pháp này trên người giảng trong khi nghiên cứu. Phương pháp soạn bài giảng này có thể dẫn đến *cách giảng gây ấn tượng*. Thứ hai, chúng ta đã xem xét việc bối cảnh hóa cách mù quáng có thể ảnh hưởng đến cách người giảng

---

5. Handley Carr Glyn Moule, *Charles Simeon* (London: Methuen & Co., 1892), 97.

sử dụng Kinh Thánh. Áp lực về tính liên quan mỗi tuần có thể dẫn đến *cách giảng tìm điểm tựa.*

Bây giờ, tôi muốn đem người giảng ra khỏi việc nghiên cứu và ra khỏi hội thánh, để xem cách người đó đọc Kinh Thánh trong chỗ riêng tư như thế nào. Vì ngay cả ở đây, chiến lược đọc Kinh Thánh đương đại mà người ta áp dụng vào "giờ tĩnh nguyện" có thể làm hỏng sự công bố Lời Đức Chúa Trời. Thật vậy, nếu bạn kết hợp những chiến lược riêng tư này với việc áp dụng bối cảnh hóa một cách mù quáng, bạn sẽ nhận được điều mà tôi gọi là *giảng "được linh cảm".*

Để tôi giải thích. Vì tác giả là thiên thượng, nên Kinh Thánh là và sẽ mãi là Lời được linh cảm và có thẩm quyền của Đức Chúa Trời. Tuy nhiên, điều mà tôi đang nói ở đây ấy là: Thật đáng buồn là người giảng ngày càng nhờ đến việc đọc bản văn theo cách chủ quan như thể được linh cảm. Càng ngày những người dạy Kinh Thánh càng được bảo rằng hễ điều gì cảm động họ khi đọc Kinh Thánh cá nhân ắt hẳn là điều *Thánh Linh của Chúa* muốn họ giảng cách công khai.

Một ví dụ về chiến lược đọc Kinh Thánh kiểu này có lịch sử lâu đời, có tên là *Lectio Divina*. Đây là thói quen giải thích Kinh Thánh của các tu sĩ Cơ Đốc dòng thánh Benedict. Cách giải thích truyền thống này nhằm khuyến khích sự tương giao với Đức Chúa Trời và, ở mức độ ít hơn, là để trở nên quen thuộc với Kinh Thánh. Cách này ủng hộ quan điểm xem bản văn Kinh Thánh là "Lời Sống" hơn là văn tự cần được nghiên cứu. Các hình thức truyền thống của thói quen này gồm bốn bước đọc Kinh Thánh cá nhân: đọc, suy ngẫm, cầu nguyện và chiêm nghiệm. Bạn bắt đầu với việc lắng lòng đọc một phân đoạn Kinh Thánh đơn giản. Rồi bạn suy ngẫm, có lẽ về một từ hay cụm từ nào đó trong bản văn, và khi làm như vậy thì có ý tránh điều có thể được cho là cách tiếp cận "mang tính phân tích". Về bản chất, mục tiêu ở đây là chờ đợi sự soi sáng của Thánh Linh để bạn tìm được ý nghĩa. Bạn có thể chờ Chúa Giê-xu phán. Một khi hiểu rồi, bạn hãy cầu nguyện. Suy cho cùng, cầu nguyện là đối thoại với Đức Chúa Trời. Chúa phán qua Lời Ngài và con người nói qua lời cầu nguyện. Cuối cùng, lời cầu nguyện trở thành lời cầu nguyện suy tư, cho chúng ta khả năng hiểu những lẽ thật thần học sâu nhiệm.

Điều này nghe thiêng liêng tuyệt vời. Thật ra, dường như có lời bảo đảm chắc chắn trong Kinh Thánh: "Đức Chúa Trời đã bày tỏ những điều này cho chúng ta qua Thánh Linh. Vì Thánh Linh thấu suốt mọi sự, ngay cả những điều sâu nhiệm của Đức Chúa Trời" (1 Cô 2:10). Tạm bỏ qua điều Phao-lô thật sự muốn nói trong đoạn này, *Lectio Divina* tán thành phương pháp có tính thuộc linh, ngược với phương pháp chăm chỉ nghiên cứu cách hệ thống. Phương pháp này thay sự nghiên cứu bằng trực giác, thiên về tâm trạng và cảm xúc hơn sự tìm hiểu có phương pháp và lập luận chặt chẽ. Phương pháp này xem tâm linh của bạn ngang hàng với Đức Thánh Linh.

Áp dụng bối cảnh hóa cách mù quáng yêu thích điều này! Điều con người ngày nay muốn hơn bất kỳ thứ gì khác là "lời tươi mới" từ Đức Chúa Trời, điều gì đó từ Thánh Linh của Ngài sẽ nuôi dưỡng đời sống thuộc linh đói nghèo của chúng ta.

Mặc dù *Lectio Divina* là hình thức giải thích Kinh thánh của Công giáo La Mã trước kia, nhưng gần đây nó như được hồi sinh, đặc biệt giữa vòng những người Tin Lành. Và mặc dù không được nhắc tên khi thực hiện, nhưng nó rất giống cách mà nhiều người giảng đạo trẻ tuổi được dạy. Họ được bảo phải đọc Kinh Thánh trong tinh thần mộ đạo, yên lặng và trông đợi Đức Thánh Linh phán. Vì bạn có thể tin chắc rằng điều Chúa đặt để trong lòng chúng ta qua bản văn trong lúc tĩnh lặng, thì Ngài cũng sẽ dùng trong cuộc đời của những người khác. Vì vậy, "Hãy rao giảng! Điều đó ắt được linh cảm!"

Chúng ta hãy lấy một trong những câu Kinh Thánh tuyệt vời trên cuốn lịch gia đình làm ví dụ. "Tôi làm được mọi sự nhờ Đấng ban năng lực cho tôi" (Phi-líp 4:13).

Chúng ta tiếp cận câu này như thế nào? Chúng ta bắt đầu với việc đọc câu này cách cá nhân, như thể Phao-lô trực tiếp viết cho chúng ta. Rồi chúng ta đọc "mọi sự" là "bất kỳ việc gì". Dĩ nhiên chúng ta sẽ nghĩ rằng câu Kinh Thánh này nói đến bất cứ việc gì. Khi chúng ta đối diện với bất kỳ trở ngại nào, Đức Chúa Trời sẽ cho chúng ta sức mạnh để vượt qua. Tôi có cần được thăng tiến ở công sở không? Đức Chúa Trời cho tôi sức mạnh. Chúng ta có cần một cú ném 3 điểm vào hai mươi giây cuối cùng để thắng trò chơi này không? Đức Chúa Trời sẽ ban thêm sức. Thật là một lời truyền cảm hứng! Đây là điều tuyệt vời trong bất kỳ giây phút nào chúng ta muốn thành công. Và vì chúng ta hiểu bản văn theo kiểu bồi linh, nên chúng ta dễ bị cám dỗ giảng theo cách đó.

Vấn đề là khi đào sâu thêm một chút chúng ta sẽ thấy rằng không phải Phao-lô đang nói về "bất kỳ điều gì". Nếu chúng ta chỉ đọc vài câu ở thượng văn và hạ văn, chúng ta sẽ nhận ra rằng câu này nằm trong phần Phao-lô viết về việc chịu khổ trong tù. Ông đang nói đến chuyện sống sót. Ông không nói về việc thăng tiến hay cú ném để thắng trò chơi, mà về sự chịu đựng gian khổ để Phúc âm được phát triển (so sánh Phi 1:12). Chúng ta không cần phải làm gì nhiều để loại bỏ cách đọc Kinh Thánh theo kiểu bồi linh, gần như được linh cảm. Chỉ cần hai hoặc ba câu Kinh Thánh là đủ.

Loại giảng "được linh cảm" là trò chơi nguy hiểm, hoàn toàn chủ quan. Khi chúng ta không chịu khó để hiểu những từ ngữ mà Thánh Linh ban cho chúng ta và chỉ tìm hiểu "tâm trí của Thánh Linh", thì chúng ta trở thành thẩm quyền cuối cùng quyết định ý nghĩa. Chúng ta bắt đầu tuyên bố "lẽ thật" và "lời khuyên dạy" mà Kinh Thánh không thể kiểm chứng hay hậu thuẫn. Chúng ta có thể làm điều này vì những lý do hợp lý, chẳng hạn ý thức về sức khỏe đạo đức của hội chúng của mình, hoặc mong ước chân thành làm thay đổi thế giới chúng ta đang sống. Nhưng chúng ta bắt đầu hành động ngoài giáo lý chính thống. Chúng ta nhầm lẫn giữa "Đức Giê-hô-va phán vậy" với "tôi phán vậy". Chúng ta yêu cầu hội chúng tin tưởng chúng ta thay vì tin cậy Lời Chúa.

Bây giờ, bạn và tôi có lẽ không theo học thuyết này khi bàn về Kinh Thánh. Nhưng trong tiềm thức, chúng ta thường hành động như thể chúng ta theo thuyết đó.

Chúng ta hành động như thế nào? Nhiều người giảng – nhất là những người trẻ – đến với bản văn trước nhất để chính họ được gây dựng hoặc được tăng trưởng tâm linh. Đây vốn dĩ không phải là thói quen xấu, và cách giảng theo kiểu bồi linh vốn dĩ không phải điều xấu. Tất cả chúng ta phải được bắt phục và đổi mới theo hình ảnh của Đấng Christ trong bản văn. Vấn đề là chúng ta dễ bị cám dỗ nhảy từ cách Thánh Linh ghi dấu ấn bản văn trên chúng ta sang cách Thánh Linh phải hành động giữa hội chúng của chúng ta. Với cách này, hoàn toàn giống kiểu giảng gây ấn tượng, nhưng khoác lên mình lòng mộ đạo hơn là tính thực tiễn.

Một ví dụ khác về kiểu giảng có vẻ sùng đạo này là ở nửa bán cầu nam, đặc biệt trong một vài nhóm ân tứ ở Châu Mỹ La-tinh. Thế giới quan theo thuyết duy linh đã nhường chỗ cho loại thuyết thần bí. Thuyết này cho rằng cần phải có yếu tố khác thêm vào Kinh Thánh để sứ điệp trở nên gần gũi với thính giả.[6] Các mục sư sùng đạo "đầy dẫy Thánh Linh"

---

6. Muốn biết thêm về vấn đề này, hãy nghe bài nói chuyện của Miguel Núnez tại Conference' Shepherd 2015 (được trình bày lần đầu tiên vào Thứ tư ngày 4 tháng Ba năm 2015 tại Grace Community Church, Sun Valley, California). Xem http://www.shepherdconference.org/media/details/?mediaID=10912

cung ứng "sự mạc khải mới" dưới hình thức lời khuyên, giáo lý và nguyên tắc xã hội. Và đó chỉ là một bước tiến nhỏ từ "lời khuyên thuộc linh" của người giảng sùng đạo đến việc cung ứng sự mạc khải mới. Trong nhiều nhóm kiểu này, điều này trở thành dấu hiệu xác định người được kêu gọi để chăm sóc người khác. Lời dạy ít mang tính thần bí và vô cùng hợp lý từ việc giải thích chủ quan được thiêng liêng hóa, cũng như hình thức giảng đưa ra sự mạc khải mới này thách thức tính đầy đủ của Kinh Thánh dưới chiêu bài của lòng mộ đạo Cơ Đốc.

Để tránh hiểu lầm, tôi *không* nói rằng Thánh Linh không có vai trò trong giảng giải kinh. Nói như vậy là hết sức sai lầm. Mặc dù đúng là người ta được cải đạo và trưởng thành qua cách giảng giải kinh, nhưng lời của Phúc âm phải được kết hợp với công việc của Thánh Linh để cáo trách về tội lỗi, về sự tái sanh, sự ăn năn và đức tin, và sự kiên trì suốt đời. Hay nói cách khác, "người trồng, kẻ tưới đều không là gì cả, nhưng chỉ có Đức Chúa Trời là Đấng làm cho lớn lên" (1 Cô 3:7).

Thực tế, sự liên kết "gần đây" giữa cách đọc và giảng Kinh Thánh theo kiểu bồi linh – đặc biệt là tính hấp dẫn của ước muốn áp dụng bối cảnh hóa để thiêng liêng hoá – không phải là điều mới mẻ như chúng ta nghĩ. Một dạng của kiểu liên kết này diễn ra giữa vòng những nhà thần học Cải chánh như Karl Barth và phong trào tân chính thống vào đầu thế kỷ XX. Phương pháp thượng phê bình (Higher Criticism) của Đức đã "chứng minh" rằng bản văn Kinh

Thánh đã bị sai lạc, hoặc được cho là như vậy. Và vì bản văn đã bị sai lạc, nên độc giả Kinh Thánh không thể tìm hiểu ngược lại ý định của trước giả một cách xác thực. Barth và phong trào tân chính thống thường đánh giá cao Kinh Thánh, nhưng ở một số điểm họ đồng ý với các nhà thượng phê bình về sự linh cảm bằng lời. Do đó, trong giáo hội tân chính thống, khái niệm đáp lại Kinh Thánh bằng cách nói "đây là Lời của Đức Giê-hô-va" không còn đứng vững. Ngược lại, độc giả có thể nói "Lắng nghe Lời của Đức Giê-hô-va". Với giả định rằng tất cả những gì chúng ta còn lại là Thánh Linh, cho nên tốt nhất là chúng ta nên lắng nghe ai đó đã nghe từ Ngài.

Chỉ một thế hệ sau, và một số người ngay trong phong trào truyền bá Phúc âm đã vượt xa hơn Barth để đến với cách giảng được linh cảm hoặc được Thánh Linh thôi thúc. Nhưng chúng ta có đáng tin cậy không? Đức Thánh Linh chắc chắn là đáng tin cậy và có thể ghi khắc cách lạ lùng ý định của Ngài trong chúng ta qua trực giác. Nhưng khả năng này có miễn cho chúng ta công tác giải kinh vất vả không? Tại sao lúc đầu Ngài lại linh cảm Kinh Thánh? Chẳng lẽ Thánh Linh không hành động qua việc nghiên cứu lẫn suy ngẫm sao? Khi theo đuổi phương pháp giải thích chủ quan được gọi là giảng "được linh cảm", chẳng phải chúng ta liều lĩnh bỏ qua điều Chúa muốn nói trong Lời Ngài mà giảng theo ý riêng sao? Chẳng phải chúng ta đang thích nghi với tinh thần của thời đại (mà tất nhiên chúng ta là một phần trong đó) hơn với chiều sâu của Lời Chúa sao?

Sắp Xếp Mọi Thứ Lại Trước Khi Đi Tiếp

Áp dụng bối cảnh hóa cách mù quáng là vấn đề có thật đối với người giảng Lời Chúa. Nó cám dỗ chúng ta theo đuổi việc làm cho bản văn trở nên thích hợp với bối cảnh một cách thiếu kiềm chế và thiếu phán đoán. Việc theo đuổi này có thể dẫn đến việc nghiên cứu bản văn cách hời hợt. Trong chương này, chúng ta đã xem xét vấn đề ở ba góc độ. Thứ nhất, chúng ta khám phá điều xảy ra khi người giảng để cho bối cảnh hoá điều khiển bài giảng thay vì cung cấp thông tin cho bài giảng trong khi nghiên cứu bài giảng. Chúng ta đi đến chỗ thay thế quan điểm hiện thực của bản văn Kinh Thánh bằng điều gì đó *gây ấn tượng* tốt nhất. Thứ hai, áp dụng bối cảnh hoá cách mù quáng thường khiến chúng ta không dùng Kinh Thánh cách đúng đắn. Nhiều người trong chúng ta bị nghiện tính thực tiễn và khái niệm cho rằng chúng ta có thể quyết định trước điều người ta cần nghe. Khi làm như vậy là chúng ta uống từ vòi nước của cách *giảng tìm điểm tựa*. Thứ ba, việc áp dụng bối cảnh hoá cách mù quáng ngày càng được liên kết với thói quen suy ngẫm cá nhân. Người giảng muốn điều gì đó "tươi mới" và "thiêng liêng". Rồi sau đó chúng ta mạo nhận cảm xúc tươi mới hoặc thiêng liêng của chính mình là sứ điệp của Đức Chúa Trời. Kết quả là *bài giảng "được linh cảm"* thay thế bài giảng giải kinh.

Thật đúng khi chúng ta đặt câu hỏi: có cách nào đơn giản để chỉ ra xu hướng bối cảnh hóa thật ra sai trật ở chỗ nào không? Tôi nghĩ là có.

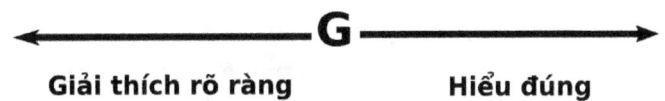

Giải thích rõ ràng　　　　　**Hiểu đúng**

Phần bên phải hình minh họa này cho thấy trách nhiệm của người giảng Lời Chúa với nội dung của Lời Chúa: *hiểu đúng*. Đây là phần thiết yếu trong công việc của chúng ta. Tất cả chúng ta đều muốn trung thành với bản văn. Kinh Thánh cho chúng ta lời của Đức Chúa Trời hằng sống. Phần bên trái hình minh họa chỉ cho chúng ta một hướng trách nhiệm khác: *giải thích rõ ràng*. Điều này cũng cần thiết. Ai trong vòng chúng ta không muốn được kết quả? Người giảng Lời Chúa đứng giữa hai nhiệm vụ này mỗi tuần. Chúng gây áp lực cho người giảng. Mỗi nhiệm vụ đánh vật giành lấy thời gian và sự chú ý của người giảng. Và thường người giảng sợ rằng không thể hoàn toàn trung thành với nhiệm vụ này mà không bỏ rơi nhiệm vụ kia.

Kết quả là người giảng bắt đầu nói chuyện với chính mình đại loại như: "Nếu tôi đi theo hướng dành thời gian chuẩn bị cho việc *hiểu đúng*, thì tôi sợ rằng mình sẽ đi đến chỗ quá vội vàng, quá thiên về trí tuệ mà bỏ mất ảnh hưởng đối của việc *giải thích rõ ràng* trong đời sống. Rốt cuộc, tôi không đủ khả năng để khiến mọi người biết đến là một mục sư giảng Lời Chúa dù điều đó có nghĩa là tôi đánh mất danh tính của mình là nhà truyền đạo đầy dẫy Thánh Linh hay không. Chẳng phải tôi có trách nhiệm nói với tấm lòng chứ không chỉ với tâm trí thôi sao? Sứ điệp của tôi cần thể hiện phong cách được người trẻ chấp nhận. Tôi không chấp nhận những người giảng chỉ nghĩ đến sự cải đạo thuộc linh. Ý tôi muốn nói là chính thống là quan trọng, nhưng không có bối cảnh hóa chỉ dẫn tôi trong việc soạn bài giảng, thì tôi sẽ không bao giờ đạt đến chính hành (orthopraxis – sự thực hành chính thống). Tôi biết tôi nói từ bản văn, nhưng suy cho cùng tôi đứng đây để tạo ảnh hưởng ngày hôm nay".

Hễ khi nào lập luận này, cho rằng hiểu đúng và giải thích rõ ràng là hai cộng sự bất khả thi, xuất hiện trong lòng và trong trí của những người được kêu gọi để giảng Lời Chúa, thì bạn có thể chắc chắn rằng việc áp dụng bối cảnh hoá cách mù quáng cùng với cách giảng gây ấn tượng, cách giảng tìm điểm tựa và giảng "được linh cảm" đang ẩn núp đâu đó và sẵn sàng dẫn dắt bạn.

Dĩ nhiên, hai cam kết hiểu đúng và giải thích rõ ràng không phải là hai cộng sự bất khả thi. Charles Simeon và tất cả những người giảng theo cách giải kinh mà tôi biết đều tìm thấy phương cách để giữ vững cả hai. Hy vọng ba chương tiếp theo sẽ chỉ cho bạn phương pháp chuẩn bị bài giảng giúp bạn có thể kết hợp cả hai điều trên vào công việc giải nghĩa Kinh thánh một cách trung thành và hiệu quả.

Chương 2

Giải Nghĩa Bản Văn

Chúng ta kết thúc chương 1 với kết luận rằng "hiểu đúng bản văn" *và* "giải thích bản văn rõ ràng" là việc có thể làm được. Chúng ta không cần phải chọn giữa cái này hoặc cái kia. Chúng ta có thể thực hiện cả hai và thậm chí thực hiện tốt.

Nhưng bằng cách nào? Làm sao chúng ta chuẩn bị sứ điệp vừa trung thành với bản văn, vừa đem lại kết quả trong bối cảnh ngày nay? Và bằng cách nào chúng ta thực hiện điều này mà không mắc phải xu hướng áp dụng bối cảnh hoá cách mù quáng?

Có một phương cách mà dường như những người giải kinh giỏi hay áp dụng. Ba chương tiếp theo trình bày một tiến trình gồm 3 phần – hay còn gọi là tư duy làm việc – đi theo chiều hướng này: (1) giải nghĩa bản văn, (2) suy ngẫm thần học, và (3) áp dụng trong hiện tại.

Ưu Tiên Điều Quan Trọng

Mọi bài giảng đều phải bắt đầu với việc giải thích bản văn Kinh Thánh. Nói cách khác: bối cảnh hóa, suy ngẫm thần học, và những vấn đề của ngày hôm nay được giữ ở khoảng cách an toàn – chúng ta nên cam kết theo tiến trình soạn bài giảng *ưu tiên cho điều quan trọng*. Tôi muốn nói là một người giảng Lời Chúa trung thành bắt đầu tiến trình soạn bài giảng bằng việc chú ý đến thính giả nguyên thủy của bản văn Kinh Thánh và mục đích của bản văn đối với độc giả đó. Rồi người ấy lấy thính giả đầu tiên này làm mối quan tâm trước nhất của mình theo ba cách khác nhau. Bằng cách nào đó, người giảng:

1. Để cho bối cảnh của Kinh Thánh (thay vì bối cảnh của chính mình) kiểm soát ý nghĩa của bản văn.

2. Lắng nghe chăm chú cho đến khi biết bản văn khớp với sứ điệp chung của cả sách như thế nào.

3. Nhìn thấy cấu trúc và ý chính của bản văn.

Bạn có để ý rằng không có điều nào trong danh sách ở trên liên quan việc đến bối cảnh hóa không? Như chúng ta sẽ thấy trong chương 4, bối cảnh hóa là điều quan trọng, nhưng những nhà giải kinh giỏi giữ lại bước đó cho phần sau của tiến trình.

Bối cảnh hóa là một cộng sự, nhưng là ông chủ tồi. Đặt bối cảnh hóa trước các bước giải nghĩa bản văn trong trình tự soạn bài giảng thì vấn đề sẽ mau chóng nảy sinh. Vấn đề là quá nhiều người trong chúng ta đẩy việc giải kinh đến cuối tiến trình, mà tập trung vào văn hóa và khả năng chúng ta kết nối với nó.

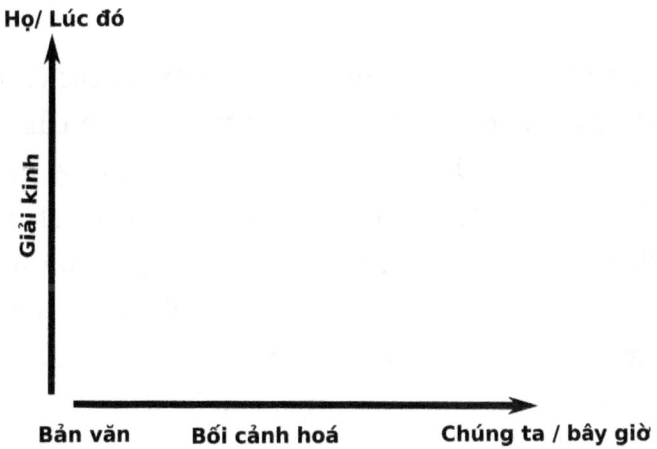

Đối với nhiều người trong chúng ta, thách thức lớn nhất là xác định lại điều gì phải làm trước. Bước đầu tiên trong giảng giải kinh là xem việc bối cảnh hóa là một cộng sự bạn phải giữ chặt và bạn phải dẫn dắt. Điều này hoàn toàn không hiệu quả nếu bạn làm ngược lại. Tôi vẫn còn nhớ nơi tôi đang ngồi vào ngày mà việc tái xác định tư duy này đột nhiên trở nên rõ ràng đối với tôi.

Ngày Tôi Bắt Đầu Hiểu Ra

Năm tôi hai mươi chín tuổi thì Steve Bickley, một Mục sư và là một người bạn, giới thiệu tôi với Dick Lucas. Lucas giờ đây là Mục sư trí sự của Hội thánh St. Helen tại Bishopsgate ở Luân-đôn. Bickley đã sắp xếp để Lucas dành một ngày với những người đang là nhân sự mục vụ của Hội thánh College Church dưới sự lãnh đạo của Kent Hughes.

Đây là ngày tôi bắt đầu nhận ra tôi không thật sự hiểu điều mình đang làm.

Nói ngắn gọn, Đức Chúa Trời đã dùng Lucas để thách thức phương pháp soạn bài giảng theo tập quán của chúng tôi. Trong hai giờ đồng hồ trôi qua mau chóng, ông đặt chúng tôi vào thế giới của một phân đoạn Kinh Thánh rất quen thuộc: 1 Cô-rinh-tô 13. Sau khi ông đã thử tài sức của chúng tôi, khâu soạn bài giảng của chúng tôi đã tìm được một hướng đi mới. Ông đã đặt bàn chân chúng tôi trên một con đường tốt hơn, là con đường vẫn dẫn tôi đi cho đến ngày nay.

Đầu tiên, Lucas yêu cầu chúng tôi *ưu tiên cho việc quan trọng*. Điều này khó làm hơn tôi nghĩ. Trước đây tôi luôn luôn nghe người ta gọi 1 Cô-rinh-tô 13 là "chương tình yêu". Lễ cưới là những lần tôi được nghe phân đoạn này. Vào những dịp đó, phương pháp tiếp cận bản văn của người giảng bị ảnh hưởng bởi sự kiện vui vẻ trước mặt chúng tôi vì cớ bối cảnh hóa. Ngày cưới chịu sự chi phối bởi các chủ đề về sự khích lệ và chúc mừng, và những lời thuyết giảng về bản văn mà tôi nghe cũng được làm cho phù hợp với những cảm xúc đó. Nói cách khác, thính giả trước mặt người giảng quyết định thời điểm đó, không cần quan tâm thính giả đầu tiên của thư tín là ai.

Thứ hai, Lucas hướng dẫn chúng tôi vào giai đoạn quan sát. Ông yêu cầu chúng tôi tạm ngưng đánh giá về ý nghĩa của bản văn hay cách có thể áp dụng bản văn ngày nay để xem xét chương này trong *văn cảnh trực tiếp* của nó. Khi làm điều này, chúng tôi thấy rằng 1 Cô-rinh-tô 13 được đặt giữa hai chương nói đến ân tứ thuộc linh, và đặc biệt là mối liên hệ giữa ân tứ và sự trưởng thành thuộc linh (1 Cô 12:1,4,9,28,30,31; 14:1,37).

Thứ ba, Lucas yêu cầu chúng tôi tìm kiếm những thuật ngữ chỉ về ân tứ và sự trưởng thành thuộc linh xuất hiện trước đó trong thư tín. Ông muốn chúng tôi *lắng nghe chăm chú* cho đến khi chúng tôi biết bản văn khớp thế nào với sứ điệp chung của thư 1 Cô-rinh-tô. Điều này dẫn chúng tôi đến 1:4-7, nơi Phao-lô gọi người Cô-rinh-tô là nhóm người có ân tứ. Thật vậy, họ không thiếu bất kỳ ân tứ nào. Nhưng ở 3:1, Phao-lô nghiêm khắc phê phán hội chúng được ban ân tứ một cách khó tin này là non nớt về thuộc linh. Thậm chí ông còn gọi họ là con đỏ thuộc linh (3:1-2).

Chúng tôi bắt đầu nhận ra rằng một số người ở Cô-rinh-tô đã lẫn lộn về mối liên hệ giữa ân tứ và sự trưởng thành. Họ bắt đầu nghĩ rằng những ân tứ nào đó (trong trường hợp này là nói tiếng lạ) cho họ lợi thế về sự trưởng thành thuộc linh. Tâm trí chúng tôi bắt đầu phấn khích. Phao-lô thật sự đang nói gì về tình yêu trong chương 13? Có phải ông muốn khiển trách họ vì thiếu tình yêu thương không? Có phải ý định ban đầu của Thánh Linh cho "chương tình yêu" này là để chỉnh sửa hơn là khích lệ (dưới vỏ bọc tình cảm) không?

Thứ tư, Lucas chỉ cho chúng tôi thấy bối cảnh của cả sách được kết hợp với từ ngữ của chương 13 như thế nào. Hãy nghĩ đến câu "[tình yêu thương] không kiêu ngạo" trong chương 13. Từ ngữ này có xuất hiện trong phần trước của thư tín không? Có, và cách Phao-lô dùng từ này trước đó không phải để khen: "anh em còn vênh vang!" (5:2).

Rồi Lucas dừng lại và cho chúng tôi thời gian để lĩnh hội. Chúng tôi nhận ra rằng chương này sẽ như một quả bom giáng xuống hội chúng ở Cô-rinh-tô. Phao-lô đang nói về tình yêu thương vì đó chính là điều người Cô-rinh-tô thiếu. Có lẽ họ là nhóm người có ân tứ. Nhưng họ vẫn còn là trẻ con. Phao-lô muốn họ lớn lên, muốn họ giống ông, một "người" có nếp sống yêu thương rõ rệt. Đối với ông đây là sự trưởng thành.

Chúng tôi đã đến Cô-rinh-tô – với thính giả đầu tiên – và điều bất ngờ là chúng tôi thấy mình được chuẩn bị tốt hơn để giảng sứ điệp thích hợp với hội chúng ở Chicago.

Đối với tôi, tôi bắt đầu hiểu đúng ngay tại thời điểm đó, và chính nơi đó. Tôi có thể nhìn thấy những yếu tố cần thiết để giải nghĩa bản văn cho bất kỳ người giảng nào. Đức Chúa Trời đã dùng ngày hôm đó cách quyền năng để sắp xếp lại phương pháp soạn bài giảng của chúng tôi. Tất cả chúng tôi ra về cùng với kinh nghiệm mang lại sự thay đổi cho chúng tôi. Chúng tôi đã có sự khao khát mới mẻ đối với Lời Chúa và một cam kết vừa mới phát hiện với những điều kiện để trở thành người giải thích bản văn thánh.

Khi thính giả nguyên thủy hay thính giả đầu tiên trở thành mối bận tâm trước nhất của bạn thì bạn đang nhìn sự việc theo một cách khác. Để tôi minh họa điều này bằng chiếc kính viễn vọng. Kính viễn vọng cho phép chúng ta nhìn thấy xa tít trên trời. Galileo đã làm cho chúng trở nên nổi tiếng khi dùng một chiếc kính viễn vọng để xem những miệng núi lửa trên mặt trăng cũng như xem hàng triệu hoặc thậm chí hàng tỉ vì sao lơ lửng trên dải ngân hà. Ý tưởng nằm sau phát minh chỉ đơn giản thôi. Lấy hai thấu kính, cái này to hơn cái kia, rồi nối chúng lại bằng ống xi-lanh trượt. Thấu kính lớn hơn được làm cong để có thể phóng to hình ảnh. Thấu kính nhỏ hơn chỉ là thị kính cho phép người xem nhìn gần hơn vật ở xa. Giữ kính viễn vọng theo đúng chiều, thì bạn sẽ khám phá những điều không thể tin nổi. Còn cầm kính sai chiều, thì vật bạn đang xem đột nhiên bị biến dạng, trở nên nhỏ bé và không rõ nét. Vẻ đẹp và hình dáng của vật sẽ không còn.

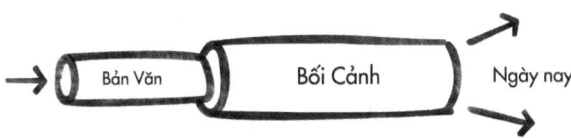

Nguyên tắc tương tự cũng áp dụng cho tiến trình soạn bài giảng. Nếu bạn muốn trở thành người giải nghĩa Kinh Thánh giỏi, bạn cần khép mình vào kỷ luật để nhìn vào người nghe nguyên thủy trước tiên. Điều này sẽ giữ cho bạn không làm biến dạng hình dáng của bản văn và giúp bạn thấy điều Thánh Linh muốn nói với hội chúng của bạn.

Tuy nhiên, vấn đề không đơn giản như bạn thấy. Tôi không tin rằng tôi có thể tự mình giải nghĩa Kinh Thánh nguyên văn. Và vì vậy, mỗi khi ngồi xuống học Kinh Thánh, tôi đều cầu nguyện. Vì mặc dù có nhiều cách học thông thường, nhưng tôi cần sự giúp đỡ phi thường của Thánh Linh. Và mặc dù tôi sắp chia sẻ một vài điều thực tế bạn có thể làm khi nghiên cứu trong vài trang nữa, nhưng bạn phải hiểu rằng bạn ở dưới sự hướng dẫn của Đức Thánh Linh trong việc tìm hiểu bản văn.

Để Bối Cảnh Kinh Thánh Điều Khiển

Để bắt đầu việc thực hành, tôi thấy thật hữu ích khi nghĩ đến bối cảnh theo hai cách khác nhau: *bối cảnh văn chương* và *bối cảnh lịch sử*. Đây là hai ý có liên quan với nhau và thường bị trùng lắp, nhưng đáng để chúng ta hiểu sự khác nhau giữa chúng. *Bối cảnh lịch sử* nói đến những hoàn cảnh hay tình huống tạo nên bản văn. Điều này có thể đòi hỏi bạn phải hiểu nền văn hóa cổ đại. Có thể bạn phải hiểu rõ lịch sử Kinh Thánh. Hoặc bạn phải nghiên cứu toàn bộ sách nhằm cố gắng ráp những mảnh ghép của hoàn cảnh mà thính giả đầu tiên đang đối diện.

Ngược lại, *bối cảnh văn chương* chỉ là bản văn xung quanh phân đoạn Kinh Thánh của bạn. Bối cảnh văn chương xem xét tác phẩm của trước giả hoặc chiến lược soạn thảo và hỏi tại sao trước giả sắp xếp sách theo cách như vậy. Các câu hay đoạn ở phần trước và phần sau của bản văn tạo nên mạch văn hoặc khuôn mẫu giúp chúng ta hiểu ý nghĩa của bản văn.[1]

---

1. Việc giữ cân bằng giữa bối cảnh lịch sử, văn chương và loại câu hỏi bạn đặt ra về bản văn như thế nào sẽ phần nào tùy thuộc

Chúng ta hãy xem một ví dụ về việc ý nghĩa của một bản văn chịu ảnh hưởng của bối cảnh của nó hơn là bối cảnh của chính chúng ta. Trong 2 Cô-rinh-tô 6:14-15, chúng ta đọc thấy:

> Chớ mang ách chung với những kẻ chẳng tin. Vì công chính và gian ác có kết hợp nhau được chăng? Ánh sáng và bóng tối có dung hòa nhau được chăng? Đấng Christ và Bê-li-an có thể hòa hợp được chăng? Hay người tin có phần gì chung với người không tin chăng?

Đó là ngày lễ ra tôi đã giảng một sứ điệp từ bản văn này với ý định giúp hội chúng suy nghĩ và quyết định những vấn đề liên quan đến hôn nhân hoặc lựa chọn đối tác kinh doanh.

Vấn đề là nếu chúng ta đào sâu hơn một chút vào bối cảnh lịch sử, chúng ta sẽ thấy trước giả không trực tiếp nói với chúng ta. Phao-lô đang biện luận chống lại thói quen của người Cô-rinh-tô là bảo vệ những giáo sư kiêu ngạo và nổi tiếng, là những người thi hành chức vụ theo cách tránh bắt bớ bằng mọi giá. Những "siêu sứ đồ" này đã dẫn dân chúng

---

vào quyển sách bạn đang giảng. Ví dụ, trong thư tín, bạn muốn biết về hoàn cảnh lịch sử của hội thánh hoặc của cá nhân là đối tượng nhận thư. Nhưng khi đọc sách Tin Lành, bạn không cần phải theo cách này. Nếu các sách Tin Lành được viết để phân phối đến khắp nơi trên thế giới, thì độc giả lịch sử đầu tiên mà từng trước giả Phúc Âm viết cho họ sẽ không quan trọng bằng bối cảnh văn chương mà các tác giả Phúc Âm dùng để kết hợp các phần trong sách Phúc Âm của mình. Xem Richard Bauckham, ed., *The Gospels for All Christians* (Grand Rapids, MI: Eerdmans, 1998) để biết thêm về độc giả của các sách Phúc Âm.

xa rời Phúc âm và Phao-lô. Còn Phao-lô muốn đem họ trở về! Ông muốn họ mang ách chung với ông. Cho nên, về mặt lịch sử, mối quan tâm của Phao-lô về tình trạng thoả hiệp với giáo sư giả phải chi phối cách chúng ta tiếp cận bản văn này. Ngay từ đầu, bản văn không liên quan gì đến người mà bạn kết hôn hay đối tác trong kinh doanh.

Bối cảnh văn chương của những câu này chỉ xác nhận điều này thôi. Trong các câu trước, Phao-lô nói với người Cô-rinh-tô rằng ông mở lòng ra với họ ngay cả khi họ khép lòng với ông. Ông nài xin họ: "Hãy mở rộng lòng anh em" (6:13), một lời yêu cầu gắn bó chặt chẽ với ông. Và ông quay lại lời nài xin này trong các câu tiếp theo đoạn này: "Hãy mở lòng anh em cho chúng tôi" (7:2).

Biết bối cảnh lịch sử và văn chương có thể làm thay đổi mọi thứ đối với bạn. Người giải kinh giỏi sẽ để cho những bối cảnh này kiểm soát ý nghĩa của bản văn. Vì vậy, điều đầu tiên bạn nên làm là đọc các câu và đoạn Kinh Thánh nằm trước và sau bản văn. Hãy bắt đầu tự hỏi một loạt những câu hỏi khác nhau. Tại sao phân đoạn này được đặt ở đây? Phân đoạn này khớp với phần kinh văn lớn hơn như thế nào? Thính giả hay độc giả đầu tiên, tùy theo thể văn, đối diện với tình huống gì?

Tìm Đại Ý

Ở đầu chương này, tôi có đề cập ba cách thực tế để giữ ưu tiên việc quan trọng. Sau khi xem xét cách đầu tiên (để cho bối cảnh Kinh Thánh điều khiển), bây giờ chúng ta hãy xem xét cách thứ hai: chăm chú lắng nghe bản văn cho đến khi chúng ta biết nó khớp với sứ điệp chung của cả sách như thế nào.

Những người giảng hay nhất thường là những người biết lắng nghe chăm chú nhất. Họ bắt đầu nghiên cứu với đôi tai cố gắng lắng nghe. Nếu đó là vai trò của chúng ta, thì tốt nhất là chúng ta học cách giải nghĩa bản văn bằng đôi tai lẫn tâm trí! Tất cả những nhà giải kinh giỏi mà tôi biết đều giải thích Kinh Thánh bằng cách lắng nghe những điều độc đáo mà Đức Chúa Trời đang phán trong sách họ đang giải thích. Cách đây nhiều năm, Dick Lucas trình bày nguyên tắc "Lắng nghe nét giai điệu" như sau:

Nét giai điệu là một chuỗi ngắn các nốt nhạc tạo thành một phần đặc biệt trong bài hát. Có thể đó là một phần của giai điệu chính được lặp lại và biến tấu. Các sách trong Kinh Thánh cũng được xây dựng theo cách tương tự. Mỗi sách có một ý chính, là yếu tố căn bản cho biết nội dung của sách. Mỗi đoạn trong sách lại là một ý chính được thể hiện theo một cách nào đó. Bạn có thể nghĩ đến hình ảnh sợi chỉ đan kết chính mảnh vải của sách trong Thánh Kinh. Hoặc bạn có thể xem ý chính như thanh treo màn mà từng phân đoạn trong sách được treo lên. Vì vậy, trong việc giảng, chúng ta có thể hỏi ý cốt lõi của sách là gì? Và phân đoạn cụ thể này nói gì về ý cốt lõi đó và ý cốt lõi đó được bày tỏ như thế nào?

Mặt tích cực đối với người giảng là: nếu chúng ta biết nội dung của cả sách, chúng ta có thể nghiên cứu từng phân đoạn cách tốt hơn. Lợi ích quan trọng thứ hai là nếu chúng ta tận dụng đại ý đó trong việc giảng dạy của chúng ta, thì hội chúng sẽ dần dần biết được nội dung của sách, cho dù họ không nhớ từng bài giảng.

Vậy, chúng ta có thể tìm được đại ý của sách bằng cách nào?

Để tôi cho bạn biết cách tôi đã làm khi còn ở trung học. Nhiều lúc tôi được yêu cầu phải đọc một quyển sách hoặc cuốn tiểu thuyết dày. Chắc chắn các giáo sư thông báo kỳ thi sắp đến. Là người từng đi đường tắt, tôi nghĩ cách làm sao để nhanh chóng biết được ý chính của sách. Trước tiên, tôi tìm đoạn văn nằm đâu đó trong phần giới thiệu có trình bày luận đề hoặc lời tuyên bố mục đích. Rồi tôi đọc chương đầu và chương cuối. Cuối cùng, tôi lướt qua phần mục lục và, dựa trên những gì đã đọc, tôi cố liên hệ giữa các tiêu đề của chương.

Bằng trực giác, tôi sử dụng nhiều chiến lược khác nhau để tìm ý chính của sách: đọc từ đầu đến cuối, đọc đi đọc lại *phần đầu và phần cuối*, tìm *những từ ngữ, khái niệm và cụm từ quan trọng được lặp lại*, và lùng sục *các câu tuyên bố mục đích*.

Những công cụ này cũng có thể giúp bạn tìm ra đại ý của một sách trong Kinh Thánh. Tôi khám phá ra ích lợi khi thêm yếu tố này vào công tác soạn bài giảng cách đây vài năm. Tôi muốn giảng xuyên suốt sách Giu-đe ngắn ngủi. Cuối cùng tôi giảng vài sứ điệp từ sách này, và yêu thích từng chi tiết trong thư. Nhưng để có được ý chính, điều đó đòi hỏi sự cố gắng hết lòng.

Từ đầu đến cuối

Rất lâu trước khi tôi bắt đầu loạt bài giảng trong sách Giu-đe, tôi kết hợp thư tín này vào kế hoạch đọc Kinh Thánh cá nhân bằng cách đọc từ đầu đến cuối sách. Cũng không khó đối với quyển sách chỉ có hai mươi lăm câu. Tôi muốn đề nghị bạn làm điều này đối với bất kỳ sách nào bạn sẽ giảng. Thật vậy, đọc một lần từ đầu đến cuối luôn luôn là điều tốt. Sách đó sẽ trở nên quen thuộc với bạn. Việc quen thuộc với sách theo cách trình bày của Kinh Thánh, lắng nghe chăm chú, sẽ rất hữu ích khi bạn giảng sách đó.

Đọc phần đầu và phần cuối

Người soạn nhạc thường bắt đầu và kết thúc đoạn nhạc bằng nét giai điệu, ngay cả khi người ấy sử dụng nét giai điệu đó trong suốt bản nhạc. Các sách trong Kinh Thánh cũng vậy. Khi tôi biết mình sẽ giảng toàn sách Giu-đe, tôi dành thời gian đọc đi đọc lại chỉ phần đầu và phần cuối của sách. Một âm thanh bắt đầu nổi lên: *được gìn giữ*. Trong câu 1, Giu-đe nói ông viết cho những người được "Đức Chúa Giê-xu Christ gìn giữ". Và trong câu 24 ông nói đến "Đấng có quyền năng giữ anh em khỏi vấp ngã". Khi soạn bài giảng đến chỗ này, tôi cảm thấy có thể tạm đoán Giu-đe nói về điều gì. Đó là *Đức Chúa Trời gìn giữ chúng ta cho Đấng Christ*.

Từ ngữ, khái niệm và cụm từ được lặp lại

Tại thời điểm này trong giai đoạn giải nghĩa bản văn, tôi sẵn sàng kiểm tra câu phát biểu tạm thời của mình bằng cách lắng nghe nội dung của thư tín. *Ý được Đức Chúa Trời gìn giữ cho Đấng Christ* có đóng vai trò quan trọng trong việc hình thành nội dung chính của thư tín không? Tôi thấy là có. Cũng từ ngữ được dùng với ý *gìn giữ* trong câu 1 (có đồng nghĩa là từ *giữ* trong câu 24) được lặp lại hơn bốn lần: hai lần trong câu 6 (được dịch là "giữ"), một lần trong câu 13 ("dành cho"), và một lần nữa như một mệnh lệnh trong câu 21. Dù đây là khám phá thú vị, nhưng việc dùng từ ngữ được lặp đi lặp lại thách thức đại ý ban đầu của tôi! Những người được gìn giữ cho Chúa Giê-xu ở phần đầu và cuối sách Giu-đe được bảo phải giữ chính họ trong tình yêu của Đức Chúa Trời trong phần thân của thư tín. Và điều này tương phản với các thiên sứ sa ngã và các giáo sư giả là những người không giữ mình, cho nên bị gìn giữ cho sự đoán phạt. Nếu tại đây, có người hỏi tôi sách Giu-đe nói về điều gì, thì tôi sẽ trả lời sách nói về *những người được Đức Chúa Trời gìn giữ cho Chúa Giê-xu có trách nhiệm phải tự giữ mình trong tình yêu của Đức Chúa Trời*.

Câu tuyên bố mục đích

Cuối cùng, tôi đọc lại thư tín với hy vọng nghe được câu tuyên bố mục đích.[2] Không mất nhiều thời gian để tìm ra câu đó. Giu-đe câu 3 đã thu hút sự chú ý của tôi: "Thưa anh em yêu dấu, tôi hết sức mong muốn viết cho anh em về sự cứu rỗi chung của chúng ta; tôi nghĩ cần viết để khích lệ anh em *chiến đấu vì đức tin*, là đức tin đã truyền cho các thánh đồ một lần đủ cả". Câu này cho tôi nghe giọng điệu của Giu-đe. Cho dù đại ý là gì, thì cũng cần có ý thức về tính cấp bách. Sức khỏe và sự thánh khiết của hội thánh thật sự đang lâm nguy!

Giu-đe chỉ là bài thơ ca ngợi mang tính thần học khô khan, khảo sát chủ đề *được gìn giữ* và *tự gìn giữ* trong mối liên hệ giữa quyền tể trị của Đức Chúa Trời và trách nhiệm của con người. Không hề như vậy. Thư tín ngắn ngủi và có sức thuyết phục mạnh mẽ này là một bản nhạc sôi nổi. Đại ý của tôi cần được mài dũa lại lần thứ ba: *Với sự cấp bách về thời gian, sức khỏe và sự thánh khiết của hội thánh đòi hỏi những người được Đức Chúa Trời gìn giữ cho Chúa Giê-xu phải chiến đấu vì đức tin bằng cách giữ mình trong tình yêu của Đức Chúa Trời.*

Bây giờ tôi đã có ý chính. Tôi cũng học được hai bài học quan trọng trong quá trình soạn bài. Tôi không chỉ sẽ giảng từng phân đoạn cách tốt hơn nếu tôi biết phân đoạn đó liên

---

2. Hầu hết các thư tín đều có lời tuyên bố mục đích như là một dữ kiện về hình thức. Lu 1:1-4 và Gi 20:30-31 cũng là những ví dụ hữu ích về lời tuyên bố mục đích.

hệ thế nào với sứ điệp chung của cả sách, mà từng chiến lược lắng nghe được sử dụng trong tiến trình giải nghĩa bản văn này cũng đóng vai trò quan trọng trong sự hiểu biết chung của tôi. Khám phá đại ý của sách chỉ bằng một công cụ thì không đủ.

Nhìn Thấy Cấu Trúc và Trọng Tâm

Ngoài việc để cho bối cảnh Kinh Thánh điều khiển và lắng nghe đại ý, người giải nghĩa Kinh Thánh còn làm một việc nữa trong bước giải nghĩa bản văn khi soạn bài giảng. Họ phải hiểu cấu trúc bộ xương của bản văn mà họ sẽ giảng. Họ phải hỏi: trước giả đã sắp xếp bản văn này như thế nào? Cách sắp xếp bày tỏ điều gì về ý trước giả muốn nhấn mạnh?

Trong quyển *Phương Pháp Đọc Sách Hiệu Quả*, Mortimer Adler nhận xét:

> Mỗi quyển sách đều có một bộ xương giữa hai bìa sách. Nhiệm vụ của một độc giả phân tích là phải tìm ra bộ xương đó. Một quyển sách đến tay bạn với phần thịt bọc ngoài xương và lớp vỏ bao bên ngoài. Toàn bộ đều được che phủ...bạn phải đọc sách bằng đôi mắt của tia X quang, vì đó là phần thiết yếu chúng ta cần hiểu để nắm được cấu trúc của sách.[3]

Nếu Adler nói đúng, thì bạn không thể hiểu ý bản văn cho đến khi bạn hiểu cấu trúc bộ xương của nó. Nói cách

---

3. Mortimer Adler và Charles Van Doren, *How To Read a Book: The Classic Guide to Intelligent Reading* (New York: Touchstone, 1940), 75.

khác, giải thích Kinh Thánh giỏi đòi hỏi bạn phải tự mình nhìn thấy phần xương và phần cốt lõi của bản văn Kinh Thánh.

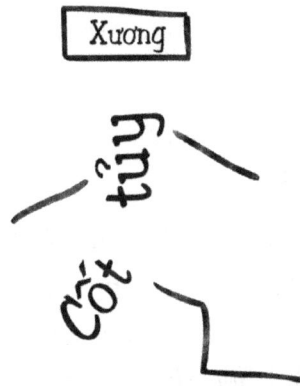

Và khi nói đến việc giảng, chúng ta thậm chí có thể nói điều này nhiều hơn:

- Mỗi bản văn đều có một cấu trúc.
- Cấu trúc cho biết trọng tâm.
- Bài giảng của tôi phải tuân thủ nghiêm túc bố cục và trọng tâm của bản văn.

Khía cạnh giải kinh này đem chúng ta quay trở lại với định nghĩa về giảng giải kinh mà tôi đã trình bày trong phần giới thiệu. Bài giảng truyền năng lực là bài giảng mà bố cục và trọng tâm của bài giảng tuân thủ nghiêm túc bố cục và trọng tâm của bản văn.

Và đối với phần lớn chúng ta, đây là vấn đề. Chúng ta bước lên giảng mà không hiểu cấu trúc bộ xương của bản văn. Kết quả là chúng ta không rõ ý nghĩa của bản văn, và khi chúng ta bước xuống, hội chúng không khá hơn gì. Vậy làm thế nào để tìm ra cấu trúc của bản văn?

Sử dụng chiến lược đọc phù hợp với mọi bản văn

Để tìm ra cấu trúc của bản văn Kinh Thánh, bạn có thể bắt đầu với các chiến lược đơn giản nhưng hữu ích cho dù bạn đang ở chỗ nào trong Kinh Thánh.

Trước tiên, nếu bạn có điều kiện, hãy làm việc với bản văn đã được dịch theo từng chữ một. Hãy chọn bản dịch sát nghĩa nhất nếu có nhiều bản dịch trong ngôn ngữ của bạn. Bản dịch theo từng chữ (hơn là theo từng ý) thường dịch từng từ một cách nhất quán hơn. Điều này giúp bộ xương trở nên rõ ràng hơn. Dù vậy, không có bản dịch nào đáp ứng được điều này cách trọn vẹn. Tham khảo nhiều bản dịch có lẽ là điều hữu ích cho bạn. Bây giờ, đừng hiểu sai ý tôi. Chúng ta đang nói về việc soạn bài giảng cá nhân, tập trung vào việc tìm ra cấu trúc. Khi nói đến giảng, có thể có nhiều lý do hợp lý để sử dụng bản dịch thoát ý.

Thứ hai, nếu bạn có cơ hội học ngôn ngữ Kinh Thánh nguyên thủy, thì hãy tận dụng điều đó. Tôi thấy hữu ích khi tự mình dịch bản văn. Tiến trình này làm cho tôi bị chậm lại, nhưng tôi bắt đầu nhìn thấy điều trước giả đang làm, và từng phần liên hệ với đơn vị lớn hơn như thế nào.

Thứ ba, hãy đọc, đọc lại rồi đọc bản văn một lần nữa, đọc chậm rãi và lớn tiếng. Càng dành nhiều thời gian đọc bản văn, bạn sẽ càng nhận ra cách bản văn được sắp xếp.

Thứ tư, khi bạn đọc, hãy tìm những từ ngữ, cụm từ hoặc ý được lặp đi lặp lại. Nếu mục tiêu là tìm kiếm cấu trúc và trọng tâm, thì những cụm từ được dùng thường xuyên sẽ là manh mối quan trọng để nhìn thấy được trọng tâm.

Biết thể loại văn chương bạn đang nghiên cứu

Mặc dù một số chiến lược có thể được áp dụng hiệu quả xuyên suốt Kinh Thánh, nhưng sự thật là không phải mọi thể loại văn chương đều hoạt động như nhau. Bạn không đọc một tờ báo với công cụ bạn dùng để đọc một bài thơ. Bạn không đọc tiểu thuyết theo cách bạn đọc một công thức nấu ăn. Và bạn cũng không nên đọc mỗi sách trong Kinh Thánh theo cách giống nhau.

Kinh Thánh có các thể văn khác nhau: Văn Tường thuật Cựu Ước, Tiên tri, Khải thị, Văn chương Khôn ngoan và Thi ca, Thư tín, các sách Phúc Âm và Công Vụ Các Sứ Đồ. Trong những thể loại khác nhau này, bạn có ba loại bản văn cơ bản: *luận thuyết, truyện kể* và *thơ ca*. Theo quy tắc chung, bạn sẽ không tìm thấy cấu trúc của bài Thi Thiên (thơ ca) khi dùng chiến lược đọc mà bạn áp dụng với sách Phúc Âm (thường là truyện kể hoặc luận thuyết). Việc nhận biết cách thức vận hành của mỗi loại bản văn khác nhau sẽ giúp bạn biết đâu là công cụ tốt nhất để khám phá chúng.

Nhìn chung, *văn luận thuyết* là tài liệu nói, có lô-gic và theo tiến trình. Chúng ta thấy điều này rõ ràng trong các Thư tín. Chúng ta cũng thấy ở các sách lịch sử trong Cựu Ước, các bài diễn thuyết trong các sách Tiên tri và Khải thị, cũng như các bài giảng trong các sách Phúc Âm và sách Công Vụ Các Sứ Đồ. Để tìm ra cấu trúc của một bài luận, viết bản văn trên một tờ giấy mà không có sự phân chia theo đoạn hoặc số câu vốn được thêm vào bởi những người biên tập Kinh Thánh là điều hữu ích. Tôi gọi việc này là đem bản văn ra khỏi Kinh Thánh. Những điều quan trọng cần tìm kiếm đều có liên quan đến ngữ pháp. Hãy tìm những từ ngữ hay cụm từ được lặp đi lặp lại, từ ngữ chính, từ chuyển tiếp, dòng tư tưởng, các mối liên hệ về ngữ pháp, các mệnh đề độc lập và phụ thuộc, bản văn được viết ở ngôi thứ nhất (*tôi*) hay ngôi thứ hai (*các anh em*) hoặc ngôi thứ ba (*nó*). Tìm xem bản văn có các câu hỏi hay câu tường thuật hoặc câu mệnh lệnh, và các đặc điểm ngữ pháp tương tự. Chúng ta có thể gọi việc này là lập biểu đồ câu. Nếu bạn dùng những công cụ này cách đúng đắn, thường bạn sẽ tìm thấy bố cục và trọng tâm của phân đoạn.[4]

Truyện kể là một câu chuyện, và câu chuyện thường đi theo một cấu trúc khá riêng biệt. Vì vậy, mặc dù việc tập trung vào ngữ pháp có thể hữu ích đối với một thư tín, nhưng *khung cảnh, cốt truyện* và *nhân vật* sẽ hỗ trợ người giảng nhìn thấy cấu trúc và trọng tâm của một truyện kể.

---

4. Xem Eugene Moutoux, *Drawing Sentences: A Guide to Diagramming* (Louisville: Butler Books, 2010).

Việc nhận diện các khung cảnh khác nhau – ví dụ nơi mà hoạt động trong bản văn thay đổi địa điểm – có lẽ sẽ là khởi điểm thích hợp nhất. Nếu bạn chọn phân đoạn truyện kể dài cho bài giảng của mình, những thay đổi về khung cảnh sẽ cho biết nguyên tắc sắp xếp. Ngay trong những cảnh này (và đôi khi qua nhiều cảnh), bạn sẽ muốn tìm cốt truyện. Cốt truyện thường có năm phần:

- *Bối cảnh:* bối cảnh thường sẽ bao gồm nơi chốn, thời gian, thời kỳ và phần giới thiệu nhân vật.

- *Xung đột:* Xung đột là một phần của câu chuyện, tạo ra căng thẳng đầy kịch tính và cảm giác điều gì đó cần được giải quyết. Xung đột có thể rất rõ ràng (chẳng hạn mối đe dọa bạo lực), hoặc có thể khó thấy (chẳng hạn rối loạn cảm xúc).

- *Cao trào:* Cao trào là sự thay đổi hoàn toàn hoặc một bước ngoặt, nơi căng thẳng đầy kịch tính bị phá vỡ.

- *Giải quyết:* Giải quyết là sự kết thúc của cao trào, cách xung đột được giải quyết.

- *Cảnh mới:* Cảnh mới là sự quay trở về với tình trạng bình thường mà từ đó cốt truyện tiếp theo sẽ xuất hiện.

Khi cố gắng nhận diện những phần này của cốt truyện, câu hỏi quan trọng cần đặt ra là: xung đột ở đây là gì? Điều gì đang tạo căng thẳng kịch tính? Bước ngoặt là gì? Xung đột được giải quyết như thế nào? Tôi sẽ trả lời rằng trọng tâm nằm ở sự kết hợp nào đó giữa *cao trào* và những phần của *xung đột* và *giải pháp*.

Dĩ nhiên, việc hiểu được cách trước giả mô tả nhân vật – tức con người trong câu chuyện – cũng là điều quan trọng. Hãy chú ý người nào được trước giả giới thiệu và khi nào. Hãy chú ý cách các nhân vật thay đổi. Hãy chú ý cách trước giả chuyển đổi giữa họ. Nếu bạn có khả năng cảm nhận tốt về cốt truyện và các nhân vật, bạn sẽ cảm nhận tốt về bố cục và trọng tâm của câu chuyện.

Thi ca là thể loại bản văn thứ ba. Hầu hết thi ca trong Kinh Thánh đều thuộc thể văn Khôn Ngoan và Tiên Tri trong Cựu Ước. Để tìm cấu trúc, bạn cần xem xét sự lặp lại các từ ngữ hoặc thậm chí toàn bộ khổ thơ (vd: Thi Thiên 42 và 43 được sắp xếp xung quanh khổ thơ bắt đầu với câu "Hỡi linh hồn ta, vì sao ngươi sờn ngã và bồn chồn?"). Bạn cũng phải xem xét những thay đổi về hình ảnh và ngữ pháp (chẳng hạn những thay đổi về ngôi thứ hoặc quan điểm). Nhưng có lẽ một chiến lược hữu hiệu nhất để tìm cấu trúc và ý chính của thi ca là xem cách *cấu trúc song hành* (parralelism) vận hành trong bản văn, cụ thể là sự chuyển tiếp giữa các loại cấu trúc song hành. *Cấu trúc song hành* là thuật ngữ được dùng để mô tả một đặc điểm của thi ca Hê-bơ-rơ, trong đó các dòng thơ thường xuất hiện từng cặp (hoặc có khi ba câu) có liên quan đến hoặc tương ứng với nhau theo cách riêng biệt. Có thể là dòng thứ hai nhắc lại ý tổng quát của dòng thứ nhất, có lẽ hơi mở rộng thêm ý. Dòng thứ hai có thể mâu thuẫn, phủ nhận hoặc tương phản với dòng thứ nhất. Hoặc dòng thứ hai làm cho ý của dòng thứ nhất được đầy đủ. Những mối liên hệ khác nhau giữa dòng thứ nhất và dòng thứ hai chỉ ra các loại cấu trúc song hành khác nhau. Nhìn thấy sự thay đổi trong cấu trúc song hành sẽ giúp bạn tìm ra sự sắp xếp và ý chính của bản văn.

Mối Nguy Hiểm Khi Nghĩ Rằng Bạn Đã Làm Xong

Tìm hiểu tường tận cả chiến lược chung lẫn chiến lược cụ thể cho từng thể loại sẽ là một khởi đầu tuyệt vời cho việc tìm cấu trúc và ý chính của bản văn. Tìm bối cảnh và sứ điệp của sách là những khía cạnh quan trọng như nhau trong giải nghĩa bản văn. Hãy nhớ, bạn cần:

1. Để bối cảnh Kinh Thánh, chứ không phải bối cảnh của chính bạn, kiểm soát ý nghĩa của bản văn.
2. Chăm chú lắng nghe cho đến khi bạn nhận ra bản văn ăn khớp với sứ điệp tổng quát của sách như thế nào.
3. Nhận ra cấu trúc và trọng tâm của bản văn.

Tuy nhiên, tôi không nghĩ là bạn đã sẵn sàng để giảng.

Giải nghĩa bản văn thôi chưa đủ. Khi được thực hiện cách riêng lẻ, giải nghĩa bản văn có thể dẫn đến bài giảng hoặc là quá *tri thức*, hoặc chỉ là *mệnh lệnh*.

Bài giảng tri thức xuất hiện khi bạn xem thính giả đầu tiên là mối bận tâm cuối cùng. Đó là điều xảy ra khi bạn lấy một bản văn hết sức thích hợp và làm cho nó trở nên không thích hợp bằng cách viết thành bài giảng mà đọc giống như bài bình luận mang tính học thuật. Bạn thực hiện công việc giải nghĩa bản văn, rồi dừng ở đó. Cuối cùng là bạn có bài phát biểu nhàm chán, không hiệu quả với chú thích cuối trang một cách cẩn thận.

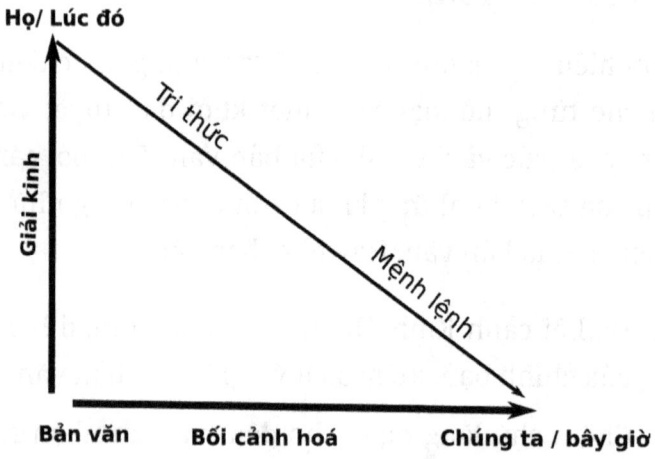

Tôi gặp phải kiểu bài giảng này đặc biệt giữa vòng những người giảng trẻ tuổi. Như điều Mike Bullmore, bạn tôi, đã nhận xét, họ mắc sai lầm khi nghĩ rằng bài giảng là cái hộp dùng để cất giữ mọi thứ họ biết về bản văn trong tuần đó. Thật không phải vậy. Bạn chỉ cần tránh giảng những bài quá thiên về tri thức.

Một cạm bẫy khác của giải nghĩa bản văn riêng lẻ là chúng ta trở thành những người giảng *chỉ đưa ra mệnh lệnh*.

Kinh Thánh chứa đầy những mệnh lệnh, và là những mệnh lệnh thích hợp. Nhưng mệnh lệnh mà không có bối cảnh thần học và Kinh Thánh đúng cũng có thể bị áp dụng sai. Có lẽ hình thức nguy hiểm nhất của cạm bẫy này là khi chúng ta bỏ qua giai đoạn suy ngẫm thần học (mà chúng ta sẽ xem xét ở chương tiếp theo). Nếu chúng ta không nghiên cứu bối cảnh Phúc âm của Kinh Thánh chung, thì ngay cả những mệnh lệnh được giải thích cẩn thận cũng thành ra chủ nghĩa đạo đức. Và điều này thúc đẩy nền văn hóa theo chủ nghĩa luật pháp trong hội thánh của chúng ta.

Tất cả những điều này có nghĩa rằng sự suy ngẫm thần học là điều đáng xem xét, và điều này dẫn chúng ta đến bước tiếp theo trong việc soạn bài giảng.

Chương 3

Suy Ngẫm Thần Học

Như chúng ta đã thấy ở cuối chương trước, giảng giải kinh mà dừng lại ở bước giải nghĩa bản văn sẽ hoàn toàn là tri thức hoặc những mệnh lệnh thái quá. Nó trở thành bài giảng có tính học thuật hoặc luân lý. Giai đoạn tiếp theo trong tiến trình soạn bài giảng vẫn cần thiết: suy ngẫm thần học. Bạn chưa sẵn sàng để giảng nếu không có giai đoạn này.

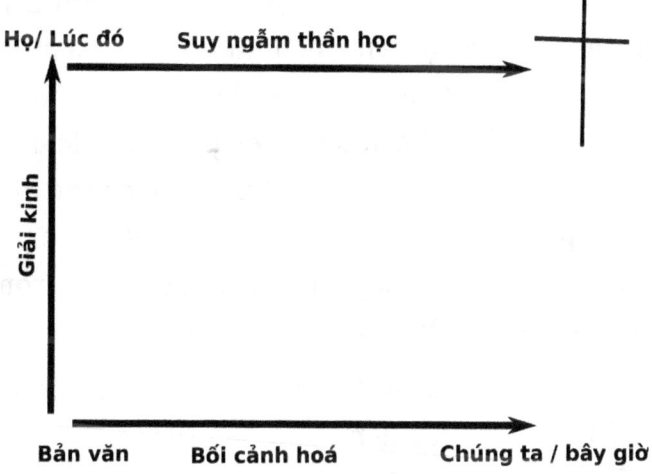

Suy ngẫm thần học là gì? Nói đơn giản, đó là phương pháp dành thời gian suy ngẫm bản văn để xem nó liên quan thế nào đến kế hoạch cứu chuộc của Đức Chúa Trời. Phương pháp nghiêm khắc này phải được thực hiện trong tinh thần cầu nguyện. Đó là bài tập đặt ra câu hỏi phân đoạn này liên hệ thế nào với Kinh Thánh nói chung, đặc biệt với hành động cứu rỗi của Đức Chúa Trời trong Chúa Giê-xu.

Đọc Kinh Thánh với Trực Giác của Chúa Giê-xu

Sau khi sống lại, Chúa Giê-xu bí mật cùng đi với một vài môn đồ trên đoạn đường dài bảy dặm đến một thị trấn nhỏ có tên Em-ma-út. Khi đang đi, Ngài giải thích cho họ thế nào Môi-se và các sách Tiên Tri – tức cả Kinh Thánh – liên quan đến Ngài (Lu 24:25-27). Tối hôm đó, Ngài cùng tham gia với các sứ đồ còn lại trong mười một sứ đồ và giải thích một lần nữa. Ngài mở trí họ để họ hiểu Kinh Thánh và nhìn thấy những điều được viết về Ngài trong Luật pháp Môi-se, sách Tiên tri, và Thi Thiên phải được ứng nghiệm (24:44-45). Ngài cũng nói với các sứ đồ rằng họ sẽ trở thành chứng nhân và nhận sứ điệp để rao giảng cho cả thế gian, bắt đầu từ Giê-ru-sa-lem. Ký thuật về sự rao giảng này được ghi lại trong các sách Phúc Âm, sách Công Vụ Các Sứ Đồ, và các Thư Tín.

Ở đây có một nguyên tắc trong điều Chúa Giê-xu nói. Cả Cựu Ước và Tân Ước liên quan đến Ngài và những việc cụ thể về Ngài. Câu 46-47 chỉ ra những việc cụ thể: "Có lời chép rằng Đấng Christ phải chịu đau đớn, đến ngày thứ ba sẽ từ cõi chết sống lại; người ta phải nhân danh Ngài mà rao giảng cho tất cả các nước về sự ăn năn để được tha tội, bắt đầu từ thành Giê-ru-sa-lem" (so sánh "sự thương khó" và "vinh hiển" trong Lu 24:26). Chắc chắn, có nhiều ý sâu sắc trong câu ngắn ngủi đó. Quyền cai trị vương quốc được hiểu ngầm trong từ "Mê-si" và từ ngữ mang tính bao hàm "các nước" là những ý tưởng phong phú đến kinh ngạc. Nhưng câu đơn giản này tạo thành tâm điểm của Phúc âm. Ít ra đối với Chúa Giê-xu, Phúc âm nằm ở khắp nơi trong Kinh Thánh. Đó là điều liên kết các phần Kinh Thánh lại với nhau, và là điều cho chúng ta biết cách tiếp cận Kinh Thánh.

Đọc với Trực Giác của Phao-lô

Điều quan trọng là thói quen chứng minh Đấng Christ trong cả Kinh Thánh không dừng lại ở Chúa Giê-xu. Phao-lô là một gương mẫu. Trong sách Công Vụ Các Sứ Đồ, chúng ta đọc: "Theo thói quen, Phao-lô đến nhà hội; trong ba ngày sa-bát, ông biện luận với họ, lấy Kinh Thánh giải thích và chứng minh rằng Đấng Christ phải chịu thương khó, rồi sống lại từ cõi chết. Ông nói: 'Đức Chúa Jêsus mà tôi rao truyền cho các ông đây chính là Đấng Christ'" (17:2-3). Sách Công Vụ Các Sứ Đồ ký thuật cách nói tương tự của Phao-lô ở A-thên (17:17), Cô-rinh-tô (18:4), và Ê-phê-sô (18:19; 19:8).

Thói quen của Phao-lô là có ý thức và nghiêm ngặt. Và vì vậy, nó chỉ giáo chúng ta phải làm gì khi đọc Kinh Thánh. Trước nhất, kỹ năng biện luận, chứng minh và thuyết phục là đặc điểm trong cách Phao-lô giảng về Đấng Christ từ cả Kinh Thánh. Mỗi thuật ngữ này đều có nguồn gốc phong phú trong nền triết học đạo đức Hy Lạp, và cho thấy đây là thói quen nghiêm ngặt, có suy nghĩ. Thứ hai, ông dùng những công cụ này trong các ngữ cảnh khác nhau – trong nhà hội và ngoài phố chợ, trước mặt người Do Thái lẫn người Hy Lạp. Không có con đường tắt cho thính giả này hay thính giả kia. Thứ ba, Phao-lô tìm ra phương cách để giảng cùng một Phúc âm trong các bối cảnh khi không thể biết trước thính giả có kiến thức về Kinh Thánh hay chưa. Có cách để giảng cho những người thiếu nền tảng và vốn từ Kinh Thánh.

Cũng như Chúa Giê-xu, Phao-lô tin rằng Kinh Thánh hướng về sự chết và sự sống lại của Chúa Giê-xu. Ngoài ra, ba phương diện này trong chức vụ của Phao-lô cho thấy suy ngẫm thần học là một công tác đòi hỏi sự chăm chỉ.

Đọc với Trực Giác của Spurgeon

Có lẽ cũng hữu ích khi xem xét một nhân vật gần đây hơn có phương pháp đọc Kinh Thánh lấy Chúa Giê-xu làm trọng tâm. Người giảng đầy ơn thuộc hệ phái Báp-tít – ông hoàng của những người giảng đạo – Charles Haddon Spurgeon đã nắm bắt ý tưởng này như sau:

> Bạn không biết sao, bạn trẻ, từ mỗi thị trấn, mỗi ngôi làng và mỗi thôn nhỏ bé ở Anh, cho dù là từ nơi đâu, cũng đều có con đường đi đến Luân-đôn? Cũng vậy, từ mỗi phân đoạn Kinh Thánh đều có con đường đến với Đấng Christ. Và anh em yêu dấu của tôi, khi bắt đầu nghiên cứu bản văn, công việc của anh em là cho biết đâu là con đường đến với Đấng Christ. Tôi chưa bao giờ tìm thấy phân đoạn nào

mà trong đó không có con đường dẫn đến Đấng Christ, và tôi chẳng thể đem đến ích lợi gì trừ phi có hơi hướng của Đấng Christ trong đó.[1]

Spurgeon đã có trực giác đúng. Ông đang đặt câu hỏi bản văn của tôi tiên đoán hoặc có liên hệ gì với Phúc âm? Mặc dù có thể không phải lúc nào tôi cũng đồng ý với cách ông ấy đến với Phúc âm trong bài giảng từ bản văn Kinh Thánh mà ông đang giảng, nhưng câu hỏi của ông ấy là đúng đắn. Và cách chúng ta trả lời câu hỏi này cũng vô cùng quan trọng.

Học cách suy ngẫm bản văn cụ thể liên quan đến Chúa Giê-xu và Phúc âm đòi hỏi sự hiểu biết căn bản ít nhất về ba môn riêng biệt và có ảnh hưởng. Bạn không thể trở thành người giảng Lời Chúa mà không có chúng, đó là: phương pháp phê bình lịch sử, thần học Kinh Thánh, và thần học hệ thống.

Thách Thức của Phương Pháp Phê Bình Lịch Sử

Nếu bạn ở trong khung cảnh học thuật như tôi, thì đèn đỏ có lẽ bắt đầu lóe lên trong tâm trí bạn ngay khi bạn đọc từ thần học trong đoạn đầu tiên của chương này. Và nên như vậy. Suy cho cùng, thần học nêu lên vấn đề của lịch sử. Đó là chúng ta thường không đánh giá khía cạnh giải nghĩa Kinh

---

1. Charles Haddon Spurgeon, "Christ Precious to Believers" (bài giảng, Music Hall, Royal Surrey Gardens, March, 1859), http://www.spurgeon.org/sermon/024.htm

Thánh nguyên ngữ cách đúng đắn. Và kết quả là chúng ta không xem trọng niên đại và nơi chốn của lịch sử truyền thống. Chúng ta nhượng bộ với việc suy ngẫm thần học đơn giản một cách thái quá, và hoặc là giảng một Phúc âm hời hợt được gắn tạm vào phân đoạn Kinh Thánh hoặc giảng giáo lý thay vì phân đoạn Kinh Thánh. Đây là điều thật sự tồi tệ, nếu chúng ta giảng theo cách này mỗi tuần. Cách giảng này tách Cơ Đốc giáo ra khỏi lịch sử.

Nếu chúng ta giảng theo cách xem hoàn cảnh lịch sử của phân đoạn Kinh Thánh trong Cựu Ước là không thích hợp và chỉ là tấm ván nhún cho Phúc âm, thì chúng ta dạy rằng Kinh Thánh không thật sự quan tâm đến lịch sử. Lịch sử trở thành vật làm nền cho tín điều thần học. Khi đó, chúng ta chỉ là thế hệ sau của quan điểm xem sự sống lại là điều mang tính trừu tượng và thuộc linh thay cho quan điểm lịch sử. Chúng ta cũng chỉ là thế hệ sau của quan điểm xem Kinh Thánh là thần thoại đạo đức thay vì Lẽ Thật.

Nói cách khác, chúng ta hoàn toàn có khả năng là một thế hệ người giảng tin lành mới, với mục tiêu rao giảng về Đấng Christ trong cả Kinh Thánh, nhưng lại phá hủy chính nền tảng căn bản của sự giảng dạy Cơ Đốc.

Mối quan tâm về lịch sử không phải là điều mới mẻ. Khi quyển *Biblical Theology* (Thần học Kinh Thánh) bằng tiếng La-tinh được xuất bản lần đầu năm 1661, John Owen đã nêu lên vấn đề này. John Owen là Mục sư và là nhà thần học ở Anh quốc vào thế kỷ XVII. Ba chương đầu giải quyết tư tưởng cho rằng "thần học" là điều gì đó thống trị bản văn và lịch sử của Kinh Thánh. Ngày nay đây vẫn là mối quan tâm của chúng ta. Một số trường thần học có tiếng (kể cả trường trong khu vực nhà tôi) vẫn không muốn nhận một *nhà thần học* làm giáo sư vì lý do này.

James Barr là một trong những nhà phê bình rõ ràng nhất và có năng lực nhất về ao ước của người Cơ Đốc là giải thích mọi việc qua lăng kính của Chúa Giê-xu, và là một học giả Cựu Ước chuyên viết sách hầu như nửa cuối thế kỷ XX. Ông nhìn cách giảng Cơ Đốc (hay cách giảng Đấng Christ làm trọng tâm) với vẻ nghi ngờ vì nó thường không cho phép Cựu Ước tự chứng minh. Thay vì vậy, Cơ Đốc giáo bị quy gán, hoặc áp đặt lên Cựu Ước, nhiều đến nỗi Cựu Ước phải im lặng. Theo Barr, "nếu Cơ Đốc giáo thật sự bị quy gán hoặc áp đặt lên Cựu Ước, thì hệ quả thật sự sẽ là sự suy giảm giá trị của Cựu Ước đối với Cơ Đốc giáo và ảnh hưởng của Cựu Ước trên Cơ Đốc giáo. Cựu Ước phải sản sinh những kết quả Cơ Đốc, chứ không phải bị Cơ Đốc hóa. Nhưng liệu điều này có thể thực hiện được không?"[2]

Dù hoài nghi, nhưng Barr vẫn trình bày mâu thuẫn dưới hình thức một câu hỏi. Có thể thực hiện được không? Các phân đoạn trong Cựu Ước có thể được giảng như các bản văn Cơ Đốc mà không làm hỏng ý nghĩa của chúng trong ngữ cảnh nguyên thủy của nó không? Câu hỏi của Barr là câu hỏi quan trọng.

---

2. James Barr, *The Concept of Biblical Theology: An Old Testament Perspective* (London: SCM Press, 1999), 253-54.

Tôi chỉ có thể tưởng tượng điều Barr có thể nghĩ về cách thức đơn giản thái quá mà một số người giảng đạo Cơ Đốc giải thích khải tượng về Đức Chúa Trời trong Ha-ba-cúc chương 3. Trong chương đó, Đức Chúa Trời hiện ra trong ánh sáng rực rỡ, trang phục như một chiến binh chiến thắng. Khi ngự xuống trái đất, Đức Chúa Trời thực hiện sự cứu rỗi diệu kỳ cho dân Ngài là những người bị kẻ thù trên đất hành hạ. Đối với người mới bắt đầu giải thích Kinh Thánh, là người *áp dụng cách giảng lấy Đấng Christ làm trọng tâm một cách mù quáng*, thì bản văn này được ứng nghiệm trong Chúa Giê-xu là Đấng thực hiện sự cứu rỗi phi thường cho tội nhân. Nhưng Barr có thể hỏi: "Hỡi nhà giải kinh Cơ Đốc, bạn có quyền gì để tuyên bố rằng điều Đức Chúa Trời hứa với Y-sơ-ra-ên về những người thù nghịch với họ thật sự ám chỉ chiến thắng cho tất cả mọi người ở dưới ách thống trị của kẻ thù tâm linh?" Phải chăng nhà giảng đạo trẻ vừa mới loại bỏ lịch sử để ủng hộ đức tin được thuộc linh hóa? Có phải anh ta tách bản văn ra khỏi lịch sử không?

Ví dụ này từ Ha-ba-cúc chương 3 đem chúng ta trở về với câu hỏi liệu người giảng đạo có thể liên kết các phân đoạn Kinh Thánh trong Cựu Ước với Đấng Christ mà không làm hỏng ý nghĩa của chúng đối với thính giả lịch sử nguyên thủy không. Có cách nào tiến tới theo các nguyên tắc Chúa Giê-xu đã đưa ra trong Lu-ca 24 – là cả Kinh Thánh đều liên quan đến Phúc âm của Ngài – mà không tách bản văn ra khỏi lịch sử không? Tất nhiên, chúng ta cũng có thể đặt câu hỏi này đối với Tân Ước. Thật dễ bị lạc hướng trong ngữ cảnh lịch sử của chủ nghĩa Do Thái thời kỳ đền thờ thứ hai hoặc bối cảnh Hy Lạp - La Mã và không bao giờ đặt câu hỏi phân đoạn này thật sự liên hệ thế nào với Phúc âm. Thách thức của phương pháp phê bình lịch sử trở thành thách thức về phương cách. *Làm thế nào* chúng ta suy ngẫm một bản văn Kinh Thánh trên phương diện thần học mà không làm tổn hại đến tính nguyên vẹn lịch sử của bản văn?

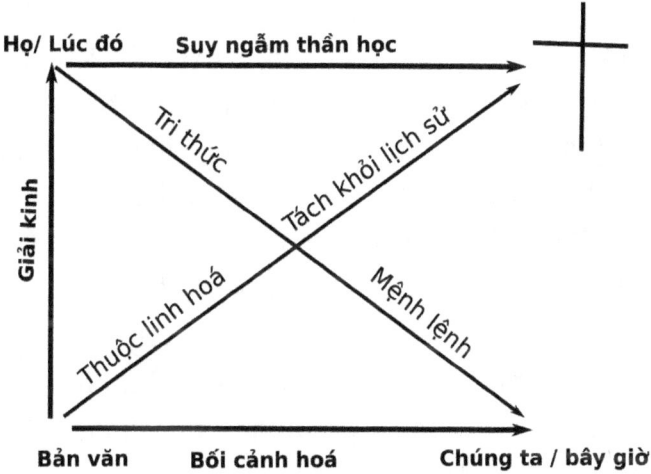

Đầu tiên và trước hết, câu hỏi về suy ngẫm thần học phải bắt đầu bằng sự cầu nguyện. Tức là "công tác" suy ngẫm thần học chỉ có thể được thực hiện qua sự cầu nguyện. Có mối liên hệ mật thiết giữa sự mạc khải về nhân thân của Đấng Christ – tức xem Ngài là sự ứng nghiệm của Kinh Thánh – và những khoảnh khắc yên tĩnh cầu nguyện.

Lu-ca thể hiện mối liên hệ này trong nhiều tình huống. Khi Phi-e-rơ trả lời câu hỏi của Chúa Giê-xu "Còn các con thì nói Ta là ai?" bằng câu "Đấng Christ của Đức Chúa Trời", thì độc giả vừa được cho biết là Chúa Giê-xu đang cầu nguyện một mình (Lu 9:18-20). Nói cách khác, Lu-ca muốn độc giả của mình biết rằng Chúa Giê-xu được bày tỏ cho Phi-e-rơ trong bối cảnh của sự cầu nguyện. Sự hóa hình, tức là khi Chúa Giê-xu được bày tỏ là Con trong vinh quang của Ngài, là Đấng được Lựa Chọn, theo sau việc Chúa Giê-xu dẫn Phi-e-rơ, Gia-cơ và Giăng đi lên núi cầu nguyện (Lu 9:28-36). Trở lại với phần đầu của Phúc âm, cụ ông Si-mê-ôn và bà An-ne đều được xem là người chuyên tâm cầu nguyện – những câu khẳng định ngay trước việc Đức Chúa Trời bày tỏ Chúa Giê-xu cho họ (Lu 2:27,37; so sánh Lu 2:28-32,38). Thậm chí khi Đức Chúa Trời tiết lộ nhân thân của Chúa Giê-xu khi Ngài chịu báp-tem, Lu-ca cũng ghi lại rằng các tầng trời mở ra và Đức Chúa Trời phán, khẳng định Chúa Giê-xu là Con Ngài. Lu-ca ký thuật rằng các tầng trời mở ra ngay khi Chúa Giê-xu đang cầu nguyện (Lu 3:21-22).

Lu-ca cho thấy rất rõ rằng: Đức Chúa Trời bày tỏ Chúa Giê-xu cho dân chúng như là kết quả của sự cầu nguyện. Và vì thế, nếu chúng ta thật sự muốn Chúa Giê-xu được bày tỏ trong bài giảng của mình – nếu chúng ta thật sự muốn cho mọi người thấy Chúa Giê-xu chính là trung tâm của cả Kinh Thánh – thì chúng ta phải bắt đầu bằng sự cầu nguyện khi soạn bài giảng. Chỉ khi đó chúng ta mới có thể bắt đầu giai đoạn suy ngẫm thần học nghiêm túc. Chỉ khi đó chúng ta mới có thể bước vào công tác của thần học Kinh Thánh và thần học hệ thống.

Sự Hữu Ích của Thần Học Kinh Thánh

Môn thần học Kinh Thánh đòi hỏi chúng ta lùi lại và nhìn vào bức tranh lớn của những gì Đức Chúa Trời đã phán và làm để xem tất cả liên hệ như thế nào với trung tâm của sự mạc khải của Ngài: sự chết và sống lại của Con Ngài. Thỉnh thoảng tôi định nghĩa môn này là cách đọc Kinh Thánh đi theo sự bày tỏ tiệm tiến về kế hoạch cứu chuộc của Đức Chúa Trời trong Đấng Christ.

Môn thần học Kinh Thánh là phần cần thiết trong bài giảng vì nó hoàn toàn ngăn chặn cách giảng chỉ đơn thuần là trí tuệ hoặc luân lý. Nói cách tích cực, nó đem bạn đến với tâm điểm của Phúc âm Cơ Đốc cách hợp pháp từ bản văn cụ thể trong Kinh Thánh, như Chúa Giê-xu bày tỏ trong việc liên hệ cả Kinh Thánh với chính Ngài trong Lu-ca 24. Thần học Kinh Thánh giữ cho việc quan trọng luôn quan trọng.

Vậy thì, thần học Kinh Thánh vận hành như thế nào? Làm cách nào để chúng ta sử dụng nó cách hợp pháp trong bài giảng giải kinh? Làm sao để tận dụng thần học Kinh Thánh trong việc soạn bài giảng? Tôi nghĩ có ba điều chúng ta phải làm:

1. Có hiểu biết về thần học Kinh Thánh,
2. Đi theo sự hướng dẫn của Tân Ước,
3. Thiết lập những mối liên hệ hợp lý với Phúc âm.

Có hiểu biết về thần học Kinh Thánh

Bạn không thể sử dụng điều bạn không có, vì vậy bước đầu tiên phải là có sự hiểu biết về thần học Kinh Thánh. Và cách tốt nhất để có được điều này là đọc toàn bộ Kinh Thánh một cách có hệ thống. Không có điều gì giúp bạn hiểu được các mối liên hệ tốt hơn là kiến thức nội tại sâu sắc về toàn bộ Kinh Thánh. Hãy tạo thói quen thường xuyên đọc xuyên suốt Kinh Thánh trong tinh thần cầu nguyện. Hãy tìm kiếm ý chính khi đọc qua từng sách. Bạn càng dành thời gian nhìn vào bức tranh lớn, bạn sẽ càng hiểu tường tận bức tranh ấy.[3]

Dĩ nhiên, khi bạn phát triển thần học Kinh Thánh của chính bạn cách rộng hơn, bạn vẫn cần hiểu những mối liên hệ này trong khi soạn bài giảng hằng tuần. Nhưng hãy nhớ rằng chúng ta phải làm điều này trong sự tôn trọng lịch sử và văn chương của Kinh Thánh. Nó không đơn giản như đặt câu hỏi Chúa Giê-xu ở đâu trong phân đoạn này? Ngài không núp dưới tảng đá hay sau bóng cây. Chúng ta cần bắt

---

3. Cũng có nguồn tài liệu phụ hữu ích về thần học Kinh Thánh. Tôi đã khởi sự với *Biblical Theology* (Thần học Kinh Thánh) của Geerhardus Vos. Ông hiểu Kinh Thánh được sắp xếp theo thời đại (Môi-se, Tiên tri, và Tân Ước). Tôi đi từ Vos đến *A History of the Work of Redemption* của Jonathan Edward. Ông cũng phân chia cốt truyện thành ba giai đoạn lịch sử: từ sự sa ngã đến sự nhập thể, từ sự nhập thể đến sự sống lại, và từ sự sống lại đến khi thế giới kết thúc. Rồi tôi đọc *Gospel and Kingdom* của Graeme Goldsworthy. Ông hiểu "vương quốc" là chủ đề nổi bật liên kết toàn bộ Kinh Thánh lại với nhau (Tôi đề nghị bạn bắt đầu với Goldsworthy). Nếu bạn muốn đơn giản hóa thì đọc *Bức Tranh Lớn của Đức Chúa Trời* của Vaughan Robert. Nếu bạn muốn đơn giản hơn nữa – tầm của đứa trẻ 6 tuổi – thì đọc *The Big Picture Story Bible*.

đầu với những câu hỏi có sắc thái hơn một chút. Ví dụ, bạn có thể bắt đầu với:

- Phúc âm tác động đến cách tôi hiểu phân đoạn này như thế nào?
- Phân đoạn này thấy trước hoặc suy ngẫm về Phúc âm như thế nào?

Nhưng câu hỏi hay hơn không phải là tất cả những gì chúng ta cần làm.

Đi theo sự hướng dẫn của Tân Ước

Các nhà thần học Kinh Thánh đầu tiên – trong ý nghĩa hợp nhất hai phần của Kinh Thánh – là các trước giả Tân Ước. Không có ai lật xem các trang Tân Ước lại không thấy những tham chiếu trực tiếp về điều gì đó trong Cựu Ước, chưa kể đến vô số những ám chỉ. Rõ ràng, đây là sự giúp đỡ to lớn cho bất kỳ ai muốn sử dụng thần học Kinh Thánh. Tân Ước trở thành nguồn lợi lớn của các phương pháp nghiên cứu thần học Kinh Thánh. Nếu phân đoạn Kinh Thánh của bạn có đề cập đến hoặc có liên hệ với một phân đoạn khác (trong cùng một phần Tân Ước hoặc Cựu Ước, hoặc đặc biệt khi ở hai phần khác nhau), thì bạn có một khởi đầu tốt đẹp.[4]

---

4. Một con đường tắt rất hay mà tôi dùng mỗi tuần là bảng chú dẫn đi kèm với *Nestle-Aland 28th Edition*. Ngay cả nếu bạn không đọc được tiếng Hy Lạp, bảng chú dẫn này cũng hữu ích vì nó liệt kê từng lời ám chỉ và trích dẫn của Cựu Ước trong Tân Ước.

Tôi đã đề nghị trong phần đầu của chương rằng phương pháp luận của Phao-lô trong Công Vụ Các Sứ Đồ chỉ ra một sự thật rằng việc liên kết Kinh Thánh với thực tế lịch sử về sự chết và sống lại của Chúa Giê-xu đòi hỏi sự thận trọng và chính xác. Nhưng tôi nghĩ một cái nhìn tổng quan về bài diễn văn của ông tại A-thên trong Công 17:22-31 sẽ cho chúng ta vài ý tưởng về cách thiết lập những liên kết đó. Mặc dù bài nói chuyện không giải thích một phân đoạn Kinh Thánh cụ thể, nhưng nó bày tỏ hình dáng Phúc âm trong Kinh Thánh. Hình dáng này đặc biệt rõ ràng trong bài giảng của Phao-lô qua cách những phạm trù thần học nhất định được rút ra.

Giới thiệu

- Phao-lô biến những biểu tượng văn hóa thành cuộc nói chuyện về Đức Chúa Trời (câu 22-23).

Nội dung

- Phao-lô bắt đầu ở phần đầu nói về Đức Chúa Trời tạo dựng trời và đất (câu 24a).

- Ông cho biết rằng vấn nạn chung của nhân loại là thờ hình tượng (câu 24b-25).

- Ông nhấn mạnh sự vĩnh cửu của Đức Chúa Trời và mong ước của Ngài là thiết lập mối liên hệ với chúng ta (câu 26-28).

- Ông tuyên bố con người có tội và kêu gọi ăn năn (câu 29-30).

Kết luận

- Phao-lô chỉ về Chúa Giê-xu sống lại là Đấng mà chúng ta hứa trung thành với Ngài (câu 31).
- Ông kết thúc với việc Đức Chúa Trời phán xét thế giới trong sự công bình (câu 31).

Phao-lô chỉ mất tám câu để trình bày từ Sáng Thế Ký đến Khải Huyền. Ông dễ dàng đi từ đầu đến cuối, từ sự sáng tạo đến kỳ chung kết – nói đến Đức Chúa Trời là Đấng Sáng Tạo, loài người sa ngã, Đấng Christ sống lại, và Đấng Christ sẽ trở lại phán xét vào một ngày đã được định sẵn trên trời. Vì vậy, bài giảng này đưa ra mô hình về cách giảng hiệu quả khi đi qua phạm vi lịch sử Kinh Thánh rộng lớn trong một khoảng thời gian ngắn. Có nhiều điều học hỏi được từ thói quen của Phao-lô mỗi khi chúng ta đến với Kinh Thánh.

Hai cách sử dụng thần học Kinh Thánh đầu tiên trong quá trình soạn bài giảng đặt một nền móng quan trọng. Bạn sẽ phải có một nền thần học Kinh Thánh, hiểu biết toàn bộ Kinh Thánh và biết chúng khớp với nhau như thế nào. Và bạn cần phải hiểu cách Tân Ước liên hệ với Cựu Ước cũng như cách Cựu Ước nhìn thấy trước Tân Ước ra sao. Nhưng bạn sẽ cần những công cụ để thiết lập những mối liên hệ cụ thể ngay cả khi những trích dẫn trong Tân Ước không mở đường cho bạn. Và đây là điều quan trọng.

Thiết lập những mối liên kết hợp lý với Phúc âm

Nếu điều tôi lập luận trong vài phần vừa qua là đúng, thì thách thức nằm ở việc thiết lập những mối liên kết hợp lý với Phúc âm từ phân đoạn bạn đang giảng. Dưới đây là bốn loại liên kết mà tôi nghĩ rằng sẽ giúp bạn trong việc suy ngẫm thần học Kinh Thánh:

- Ứng nghiệm lời tiên tri;
- Hướng đi lịch sử;
- Chủ đề;
- Sự tương đồng.

Phải thừa nhận rằng những loại liên kết này trùng lắp với nhau nhiều. Ứng nghiệm lời tiên tri có thể thể hiện qua chủ đề hoặc sự tương đồng. Sự tương đồng có thể sử dụng chủ đề. Chủ đề có thể bao gồm ý nghĩa nào đó của hướng đi của lịch sử. Có thể có những phân loại riêng biệt khác nữa. Điều quan trọng không phải là bạn xác định và sắp xếp những phân loại này ra sao, mà là tính hợp lệ. Những phân loại này chỉ là điểm bắt đầu.

Tìm sự ứng nghiệm lời tiên tri

Có lẽ những mối liên kết rõ nhất là mối liên kết được thiết lập một cách rõ ràng. Chắc chắn, bạn biết rằng tại những thời điểm nào đó trong Cựu Ước, Đức Chúa Trời có lời hứa về Đấng Mê-si sẽ đến. Và trong Tân Ước, các trước giả nắm bắt những thời điểm tiên tri này và cho thấy chúng được ứng nghiệm trong con người và công tác của Chúa Giê-xu Christ như thế nào.

Một trong những ví dụ dễ nhất về ứng nghiệm lời tiên tri là cách Ma-thi-ơ dùng từ ngữ ứng nghiệm. Khoảng mười hay mười một lần trong Phúc âm của mình, Ma-thi-ơ xen vào truyện kể để nhận xét rằng Chúa Giê-xu làm ứng nghiệm điều tiên tri này hay tiên tri kia đã nói trong Cựu Ước. Từ việc chạy trốn sang Ai Cập đến việc Chúa Giê-xu dùng ẩn dụ (Mat 2:14-15; 13:35), phần lớn cuộc đời của Chúa Giê-xu làm ứng nghiệm trực tiếp lời tiên tri trong Cựu Ước. Thật vậy, chính Chúa Giê-xu nói điều này gần thời điểm cao trào của sách Phúc Âm:

> Con tưởng rằng Ta không thể xin Cha, và Ngài sẽ lập tức sai đến cho Ta hơn mười hai quân đoàn thiên sứ hay sao? Nếu thế thì làm sao ứng nghiệm lời Kinh Thánh nói rằng, việc nầy phải xảy ra như vậy?" Ngay lúc ấy, Đức Chúa Jêsus nói với đám đông rằng: "Sao các ngươi đem gươm và gậy đến bắt Ta như bắt một tên cướp vậy? Hằng ngày Ta ngồi dạy dỗ trong đền thờ, mà các ngươi không bắt Ta. Nhưng mọi điều nầy xảy ra để lời các nhà tiên tri trong Kinh Thánh được ứng nghiệm." Lúc ấy, tất cả môn đồ đều bỏ Ngài chạy trốn (Mat 26:53-56).

Chiến lược của Ma-thi-ơ trong việc vẽ những đường thẳng về sự ứng nghiệm lời tiên tri giữa Cựu Ước và Chúa Giê-xu thật đơn giản. Phúc âm của Lu-ca và Giăng cũng dùng chiến lược này. Và nó trở thành một phần trong phương pháp mục vụ thời các Sứ đồ trong hội thánh đầu tiên. Ví dụ: bài giảng của Phi-e-rơ trong Công Vụ Các Sứ Đồ chương 3 bao gồm một lời biện giáo quan trọng: "Nhưng Đức Chúa Trời đã dùng cách ấy để làm ứng nghiệm lời Ngài đã báo trước qua môi miệng các nhà tiên tri rằng Đấng Christ của Ngài phải chịu đau đớn" (Công 3:18; so sánh 13:27). Gia-cơ cũng đã nhờ đến chiến lược này khi nói đến việc Áp-ra-ham được xưng công bình bởi đức tin (Gia 2:23).

Dĩ nhiên, phương pháp kết nối này cũng có hiệu quả theo cách ngược lại. Bạn có thể bắt đầu với Cựu Ước để xem sự ứng nghiệm rõ ràng những lời hứa trong Chúa Giê-xu Christ trong Tân Ước. Ví dụ Môi-se nói với Y-sơ-ra-ên rằng Đức Chúa Trời sẽ dấy lên một tiên tri khác giống như ông, là người sẽ đem đến Lời Đức Chúa Trời; rồi Phi-e-rơ cho chúng ta biết rằng Chúa Giê-xu làm ứng nghiệm lời hứa này (Phục 18:15-22; Công 3:22-26).

Tìm kiếm hướng đi lịch sử

Phương cách thứ hai để kết nối bản văn của bạn với Phúc âm là tìm những bước tiến triển lịch sử hoặc *hướng đi lịch sử*. Cũng như với sự ứng nghiệm lời tiên tri, tìm kiếm hướng đi lịch sử của phân đoạn phụ thuộc vào ý niệm cho rằng Đức Chúa Trời bày tỏ chính Ngài theo cách tiệm tiến, và vì vậy lịch sử cứu chuộc đi theo một chiều hướng hoặc quỹ đạo có đỉnh điểm là thập tự giá. Nhưng chiến lược cụ thể này đòi hỏi chúng ta tìm kiếm một cốt truyện lịch sử hoặc câu chuyện về lịch sử cứu chuộc và đánh dấu những điểm then chốt.⁵ Ví dụ, chúng ta có thể tóm tắt lịch sử cứu chuộc như sau: Sự sáng tạo → sự sa ngã → sự cứu chuộc → sự tạo dựng mới. Một phân đoạn Kinh Thánh có thể đề cập một trong những giai đoạn này theo cách chúng ta có thể đặt nó vào trong lịch sử cứu chuộc. Kết nối một phân đoạn Kinh Thánh với Phúc âm trở nên đơn giản là chỉ ra phân đoạn đó nằm ở đâu trong cốt truyện.

Phương pháp này khá đơn giản. Để vẽ một hình cung trong lập trình máy tính, bạn cần ít nhất ba điểm định hướng. Đó là vấn đề của hình học. Tương tự, để vẽ một quỹ đạo lịch sử trong Kinh Thánh và xem nó liên hệ thế nào với Phúc âm, tôi nghĩ bạn cần ba điểm. Tôi thấy dễ nhất là lấy phân đoạn của tôi và vẽ điểm trước tiên trong lịch sử cứu chuộc cũng như điểm sau này trong lịch sử cứu chuộc có liên hệ với phân đoạn của tôi. Điều này cho tôi ba điểm trong lịch sử cứu chuộc. Từ đây, tôi có một quỹ đạo lịch sử cho thấy cách phân đoạn Kinh Thánh của tôi kết nối với Phúc âm.

Ví dụ, Truyền 12:1-8 nhấn mạnh đến việc nhớ đến Đấng Tạo Hóa. Rô-ma chương 1 cũng vậy. Cả hai phân đoạn này đều chỉ về một thời điểm cụ thể trong lịch sử cứu chuộc, mà từ đó phần còn lại của lịch sử cứu chuộc tiếp tục. Bạn có thể trở lại với Kinh Thánh để trở về với sự sáng tạo thật sự (Sáng 1-2) hoặc tiến tới khái niệm về sự tạo dựng mới (2 Cô 5:17).

---

5. Sidney Greidnus, *Preaching Christ from the Old Testament: A Contemporary Hermeneutical Method* (Grand Rapids, MI: Eerdmans, 1999), 234-40.

Cả hai đều là những thời điểm trong lịch sử cứu chuộc có thể kết nối bạn với trọng tâm của sự cứu chuộc. Cách liên kết các bản văn như thế này đặc biệt hữu ích khi phân đoạn của bạn có nội dung về lai thế học hoặc mang giọng văn khải thị. Tự thân sự tạo dựng mới bao gồm sự đầy trọn của sự trở lại của Đấng Christ và tất cả những hàm ý của nó.

Tìm kiếm chủ đề

Một cách khác để kết nối toàn Kinh Thánh với Phúc âm là qua *các chủ đề* của thần học Kinh Thánh. Đức Chúa Trời bày tỏ chính Ngài cách tiệm tiến qua những chủ đề nào đó, hoặc tư tưởng chủ đạo, xuyên suốt Kinh Thánh. Mặc dù chúng ta thường nhận biết ít nhất 20 đến 30 chủ đề, nhưng một số chủ đề lớn bao gồm vương quốc, giao ước, đền thờ/thầy tế lễ/của lễ, và xuất hành/lưu đày/yên nghỉ.

Việc hiểu rõ cách thức những chủ đề này được phát triển xuyên suốt Kinh Thánh là điều quan trọng. Ví dụ, mặc dù cuộc xuất hành là sự kiện lịch sử được ghi lại trong sách Xuất Ê-díp-tô Ký, nhưng nó cũng giới thiệu một ý được lặp đi lặp lại suốt Kinh Thánh, đó là Đức Chúa Trời giải cứu dân Ngài khỏi ách nô lệ, qua những thử thách, để đến nơi phước hạnh. Khi các Tiên Tri bắt đầu mô tả cuộc lưu đày và sự hồi hương, họ mô tả như một "cuộc xuất hành mới". Thế thì, chủ đề xuất hành được ứng nghiệm cuối cùng trong sự chết và sống lại của Đấng Christ (so sánh Lu 9:30-31).

Tôi nhớ có lần khi tôi đang nghiên cứu Lu 22:14-30, chủ đề vương quốc dường như hiện lên rõ ràng. Xét cho cùng, từ này xuất hiện bốn lần, và là chủ đề nổi bật trong phần còn lại của Lu-ca. Nhưng khi tôi đọc, một chủ đề khác đập vào mắt tôi: giao ước. Hãy xem "Ngài cũng làm như vậy, lấy chén trao cho các môn đồ và phán: 'Chén nầy là giao ước mới trong huyết Ta vì các con mà đổ ra.'" (22:20).

Từ 'giao ước' chỉ xuất hiện hai lần trong Lu-ca, ở đây và ở 1:72. Vì vậy, tôi bắt đầu nghiên cứu qua các giao ước khác trong Kinh Thánh. Từ Nô-ê đến Áp-ra-ham đến Đa-vít, giao ước là chủ đề quan trọng và được nhắc đến nhiều lần. Dĩ nhiên, lần nhắc này ở Lu-ca thì cụ thể hơn. Đây không phải là bất kỳ giao ước nào, mà là "giao ước mới". Giao ước mới cũng được liên kết với Lễ Vượt Qua trong 1 Cô 11:25, nhưng nó thật sự dẫn tôi đến với cách dùng từ ngữ này lần đầu tiên trong Kinh Thánh ở Giê 31:31-34.

> Đức Giê-hô-va phán: "Nầy, những ngày đến, Ta sẽ lập một giao ước mới với nhà Y-sơ-ra-ên và với nhà Giu-đa. Giao ước nầy sẽ không giống giao ước mà Ta đã lập với tổ phụ chúng trong ngày Ta nắm tay dắt chúng ra khỏi Ai Cập, là giao ước mà chúng đã phá vỡ, dù Ta là Chồng của chúng," Đức Giê-hô-va phán vậy.

> Đức Giê-hô-va phán: "Đây là giao ước Ta sẽ lập với nhà Y-sơ-ra-ên sau những ngày đó. Ta sẽ đặt luật pháp Ta vào lòng dạ chúng và khắc ghi lên tâm khảm chúng. Ta sẽ làm Đức Chúa Trời của chúng và chúng sẽ làm dân Ta. Chúng sẽ không còn phải dạy bảo người lân cận hay anh em mình rằng: 'Hãy nhận biết Đức Giê-hô-va!', vì tất cả đều sẽ biết Ta, từ người nhỏ nhất đến người lớn nhất," Đức Giê-hô-va phán: "Vì Ta sẽ tha thứ gian ác chúng và không nhớ đến tội lỗi chúng nữa".

Hiểu mối liên hệ của giao ước mới với Giê-rê-mi chương 31 là điều hữu ích vì nó dẫn tôi đến ít nhất ba mối liên hệ khác trợ giúp cho bài giảng của tôi. Thứ nhất, ý chính xuất hiện trong Lu-ca liên quan đến đạo đức của vương quốc. Trong Giê 31:34, Đức Chúa Trời nói đến sự trọn vẹn của những người hưởng lợi ích từ giao ước mới là "người lớn nhất" và "người nhỏ nhất". Trong Lu-ca, Chúa Giê-xu thường nói đến mô-típ này (xem Lu 7:28 và 9:48; trong 13:30; 14:11 và 17:7-10 sự trọn vẹn này cũng xuất hiện qua từ ngữ người cuối và người đầu hoặc với ý niệm đạo đức của vương quốc là trở nên khiêm nhường). Và trong chính phân đoạn tôi đang nghiên cứu ở Lu-ca chương 22, Chúa Giê-xu liên kết những lợi ích của giao ước mới với đạo đức của việc làm môn đồ là phục vụ – tức là trở nên người hèn mọn nhất thay vì người cao trọng nhất (22:24-27).

Mối liên hệ thứ hai bổ trợ bài giảng là mối liên hệ về sự tham gia. Đức Chúa Trời không chỉ lập giao ước, mà Ngài còn ban một vương quốc qua giao ước. Ngôn ngữ của giao ước, và đặc biệt là động từ 'lập' trong Giê 31:31-34 liên quan đến động từ 'ban' trong Lu 22:29. "Các con đã gắn bó với Ta trong những thử thách của Ta, nên Ta ban vương quốc cho các con cũng như Cha Ta đã ban cho Ta vậy, để các con được ăn uống chung bàn với Ta trong vương quốc Ta và được ngồi trên ngôi để phán xét mười hai bộ tộc Y-sơ-ra-ên" (Lu 22:28-30).

Thứ ba, giống như các môn đồ, chúng ta không cần quan tâm đến việc làm người lớn hơn hết (Lu 22:24). Chúa

Giê-xu hứa sẽ cho chúng ta những khía cạnh của quyền cai trị của Ngài ở 22:30. Điều thú vị là ngữ cảnh của Giê-rê-mi 31 tập trung vào một Y-sơ-ra-ên thống nhất, trong đó các bộ tộc được xem như một thực thể phán xét toàn thế giới (đặc biệt xem Giê 25:17-29).

Việc hiểu kết nối giữa Lu-ca 22 và Giê-rê-mi 31 qua chủ đề giao ước làm khả năng giảng Lu-ca của tôi được cải thiện đáng kể. Bài giảng không chỉ nói về Tiệc Thánh, mà thành ra đạo đức nơi bàn ăn của chúng ta. Bài giảng không chỉ về giao ước Đức Chúa Trời lập cho sự cứu rỗi của chúng ta, mà cho thấy một giao ước tôi tham gia vào và thực thi quyền cai trị.

Tìm kiếm sự tương đồng

Một trong những chiến lược được người giảng thường dùng và dùng sai nhất là *sự tương đồng*. Một mặt, nhánh thần học Kinh Thánh này có thể đáng sợ, vì nó đòi hỏi phải phân biệt giữa sự tương đồng, hình bóng, ngụ ngôn, ẩn dụ và nhiều loại thuật ngữ chuyên môn khác. Dĩ nhiên, tôi sẽ cảnh báo bạn đừng để cho các thuật ngữ chuyên môn quyến rũ quá mức, nếu chỉ vì các học giả và người giảng khác nhau định nghĩa chúng theo những cách khác nhau.

Hơn thế nữa, thật dễ trở nên quá nhiệt tình. Một khi bạn cảm thấy dễ chịu với biệt ngữ, ví dụ như hình bóng, thì mọi điều bạn thấy sẽ bị đóng khung trong thuật ngữ về hình bóng và mọi thứ bạn giảng được nhét vào bộ quần áo về hình bóng không vừa vặn, cho dù nó có thật sự là hình bóng hay không.

Sự tương đồng là một phân loại rộng để chỉ sự so sánh hay đối chiếu hai đối tượng. Những câu chuyện được cho là hay một phần vì khả năng trình bày các nhân vật hay đối tượng với những đặc điểm hoặc chức năng có vai trò hết sức quan trọng trong phần sau của câu chuyện. Đó là điều khiến chúng ta muốn đọc lại quyển sách hoặc xem bộ phim lần thứ hai. Vô tình bị che mất lần đầu tiên, những chi tiết ban đầu trở nên ý nghĩa chỉ sau khi ý định kín giấu của tác giả cuối cùng được tiết lộ. Câu châm ngôn chép: "Vinh quang của Đức Chúa Trời là giấu kín một điều gì, nhưng vinh quang của các vua là tìm ra một điều gì đó" (Châm 25:2). Có vẻ như trong sự khôn ngoan vô hạn, Đức Chúa Trời đã ban tặng chính sự sống cho những cá nhân, đồ vật và sự kiện nào đó trong lịch sử Y-sơ-ra-ên với ý nghĩa tương đồng được ứng nghiệm trong Đấng Christ. Học cách nhận ra những hình ảnh tương ứng như thế này trong Kinh Thánh là điều thiết yếu để giải thích Kinh Thánh một cách đúng đắn.

Những hình ảnh tương ứng này có thể rộng – mà trong trường hợp này chúng ta chỉ gọi là sự tương đồng – hoặc có thể hẹp. Khi một người, một sự kiện, một thể chế hay đối tượng trong Kinh Thánh dự báo khía cạnh nào đó của Chúa Giê-xu Christ theo nghĩa hẹp, chúng ta gọi đó là hình bóng. Hình bóng mang tính tiên tri và tăng dần về tầm quan trọng.[6] Ví dụ, nếu Vua Đa-vít là hình bóng về Đấng Christ,

---

6. G. K. Beale, *Handbook on the New Testament Use of the Old Testament: Exegesis and Interpretation* (Grand Rapids, MI: Baker Academic, 2012), 14.

thì Đa-vít (được gọi là hình bóng) tương đương với Chúa Giê-xu Christ (được gọi là đối hình) qua vương quyền, trong đó ý nghĩa của vương quyền tăng dần về tầm quan trọng. Chúa Giê-xu giống như Đa-vít, nhưng Chúa Giê-xu lớn hơn Đa-vít.

Chúng ta hãy cùng xem một ví dụ. Tại hội thánh của tôi, gần Công viên Hyde của Chicago, ngay bên cạnh trường Đại học Chicago, chúng tôi giảng theo niên học của trường. Vì có quá nhiều người đi nghỉ vào mùa hè, nên việc dành riêng thời gian nghỉ hè cho loạt bài giảng với chủ đề riêng là điều hợp lý. Có vài mùa hè, chúng tôi quyết định giảng xuyên suốt 1 và 2 Sa-mu-ên. Và tôi có đặc ân giảng điều tôi tin là một trong những chương đen tối nhất trong Kinh Thánh: 1 Sa-mu-ên 28.

Phải đến cuối chương thì tôi mới thật sự hiểu ý nghĩa về sự tương đồng.

Sau-lơ liền ngã nằm dài dưới đất, các lời của Sa-mu-ên khiến vua quá sợ hãi. Hơn nữa, vua đã kiệt sức vì cả ngày và đêm ấy vua không ăn gì cả. Bấy giờ, người đàn bà đến bên Sau-lơ, thấy vua quá kinh hãi thì nói: "Nầy, tớ gái ngài đã vâng theo tiếng ngài. Tôi đã liều mạng sống mình để vâng theo những lời ngài bảo. Vậy bây giờ, xin ngài hãy nghe tớ gái ngài: Xin cho tôi dọn cho ngài miếng bánh, và xin ngài ăn để có sức mà đi đường." Sau-lơ từ chối và nói: "Ta không ăn." Nhưng các người theo hầu vua cũng như người đàn bà nài nỉ quá nên vua phải nghe theo họ. Vua đứng dậy và ngồi lên giường. Người đàn bà ấy có một con bê béo tốt, liền vội vàng bắt nó làm thịt. Rồi bà lấy bột nhồi và làm bánh không men. Bà dọn ra cho Sau-lơ và các người theo hầu vua. Ăn xong, họ đứng dậy và ra đi ngay trong đêm ấy (1 Sa 28:20-25)

Sau-lơ đang trong những ngày cuối đời. Ông vừa mới được bà bóng ở Ên-đô-rơ gọi hồn ma của Sa-mu-ên để Sa-mu-ên tuyên bố sự đoán phạt trên Sau-lơ, như ông đã làm trong chương 15. Sa-mu-ên nói với Sau-lơ rằng cuộc đời Sau-lơ sẽ kết thúc vào ngày hôm sau. Và vì vậy, cùng với các đầy tớ và bà bóng, Sau-lơ đã bẻ bánh. Lúc đầu, ông do dự, nhưng cuối cùng, vì cần lời của Đức Chúa Trời, Sau-lơ đã nghe lời của bà bóng. Họ tổ chức kỷ niệm với bánh không men và con bò con mập. Ngày hôm sau, Sau-lơ dùng gươm tự tử và chết.

Sự tương đồng ở đây thật thú vị. Một mặt, chúng ta có bữa ăn đối lập với bữa ăn Lễ Vượt Qua. Sau-lơ và các con ông đang nhìn chăm chăm vào bản án tử không thể thay đổi được. Đồng thời, chúng ta cũng có sự tương phản đáng kể với Lễ Tiệc Thánh. Sau-lơ ngồi xuống ăn với nhóm nhỏ những người đi theo ông vào đêm trước khi ông bị giết, như Chúa Giê-xu sau này thực hiện với các môn đồ. Họ cùng nhau bẻ bánh. Và ý chính của sự tương đồng trở nên rõ ràng. Sau-lơ là hình bóng về Đấng Christ – hoặc thật sự là hình bóng đối lập với Đấng Christ. Bằng phương cách tương phản, đêm đó trong cuộc đời Sau-lơ báo trước đêm Chúa Giê-xu bẻ bánh với các môn đồ, ngay đêm trước khi Ngài bị giết "làm giá chuộc cho nhiều người". Một số người có thể chỉ ra sự liên kết về hình bóng giữa Sau-lơ và Đấng Christ. Một số khác có thể lập luận rằng có một chủ đề hoặc hình bóng về Lễ Vượt Qua ở đây. Cho dù bạn phân loại những điểm tương ứng như thế nào, thì sự tương đồng giữa hai tình huống cũng giúp chúng ta hiểu biết sâu sắc hơn về 1 Sa-mu-ên 28 và về cách cuối cùng nó được đảo ngược trong sự hy sinh vinh quang của Chúa Giê-xu Christ.

Với những công cụ này trong tay, hy vọng bạn nhìn thấy thần học Kinh Thánh mạnh mẽ ra sao đối với việc giảng về Đấng Christ trong cả Kinh Thánh. Hãy nhớ, có ba điều quan trọng bạn phải làm để tận dụng thần học Kinh Thánh. Thứ nhất, có hiểu biết về thần học Kinh Thánh để làm nền tảng. Thứ hai, hễ khi nào có thể, hãy đi theo sự dẫn dắt của Tân Ước trong việc giải thích các phân đoạn Cựu Ước. Và thứ ba, bắt đầu dùng bốn công cụ này để có những kết nối hợp lý với Phúc âm.

Vai Trò của Thần Học Hệ Thống

Thần học Kinh Thánh là khởi điểm tuyệt vời để suy ngẫm thần học. Và nếu bạn phát triển những kỹ năng về thần học Kinh Thánh cho việc giảng qua nhiều trải nghiệm, thì việc này sẽ giúp bạn rất nhiều trong giai đoạn soạn bài giảng. Đồng thời, một nhánh thần học khác cũng có vai trò trong suy ngẫm thần học, đó là thần học hệ thống.

Nếu thần học Kinh Thánh giúp bạn nhận biết sự bày tỏ tiệm tiến về kế hoạch cứu chuộc của Đức Chúa Trời trong Đấng Christ, thì thần học hệ thống giúp bạn tổng hợp mọi điều Kinh Thánh nói dưới hình thức giáo lý. Nó sắp xếp Kinh Thánh cách hợp lý và theo thứ bậc, không phải theo lịch sử hay niên đại (như bạn làm trong thần học Kinh Thánh). D. A. Carson định nghĩa thần học hệ thống là "nhánh thần học tìm cách mô tả chi tiết toàn bộ hoặc những phần của Kinh Thánh, biểu thị những mối liên hệ hợp lý của chúng (hơn là chỉ mối liên hệ lịch sử)."[7]

Đồng thời, tôi nghĩ đây là lúc phải thận trọng. Vì mặc dù tôi tán thành vai trò của phương pháp phân loại trong bài giảng, nhưng cũng có sự khác biệt giữa điều này và hệ thống dạy. Simeon đã nói: "Đức Chúa Trời không bày tỏ lẽ thật của Ngài theo hệ thống; Kinh Thánh không có hệ thống như vậy". Vậy kết quả của niềm xác quyết này đơn giản thôi: "Hãy để hệ thống qua một bên, và bay đến với Kinh Thánh; hãy nhận lấy lời Kinh Thánh bằng sự quy phục đơn sơ, và không nhắm vào bất kỳ hệ thống nào. Hãy là những Cơ Đốc nhân hiểu biết Kinh Thánh, không phải Cơ Đốc nhân theo hệ thống".[8] Simeon nói đúng. Chúng ta không nên trở thành những người giảng đạo theo hệ thống. Dù vậy, có ba lợi ích thực tiễn của việc kết hợp thần học hệ thống vào suy ngẫm thần học.

---

7. D. A. Carson, "Unity and Diversity in the New Testament: the Possibility of Systematic Theology", in *Scripture and Truth*, ed. D. A. Carson and John D. Woodbridge (Grand Rapids, MI: Baker, 1983), 69-70.

8. Hai câu trích này được lấy từ chú thích trong phần suy ngẫm của A.W. Brown về khoảng thời gian của ông với Charles Simeon, nằm trong "buổi tiệc trò chuyện với các sinh viên của Cambridge". Abner William Brown, *Recollection of the Conversation Parties of the Rev. Charles Simeon, M.A: Senior Fellow of King's College, and Perpetual Curate of Trinity Church, Cambridge* (London: Hamilton, Adams, & Co, 1863), 269.

1. Giữ đức tin của bạn,
2. Giúp bạn kết nối với Phúc âm từ các thể văn cụ thể,
3. Giúp bạn cải thiện khả năng nói chuyện với người chưa tin.

Giữ đức tin của bạn

Lợi ích chính yếu của việc suy nghĩ về thần học hệ thống trong khi soạn bài giảng là nó cho bạn sự kiềm chế. Nó giữ bạn lại với tính chính thống. Khi bạn giải thích bản văn Kinh Thánh, chắc chắn bạn sẽ gặp những phân đoạn khó hiểu, buộc bạn phải có những lựa chọn khó khăn liên quan đến giải nghĩa bản văn. Và vì không ai trong chúng ta hoàn hảo cả, nên chúng ta sẽ mắc sai lầm. Khi bạn bắt đầu vật lộn với những kết luận khó khăn về bản văn, giáo lý đúng đắn sẽ hướng dẫn cho bạn.

Ví dụ: Việc giải kinh phân đoạn Gia-cơ 2:14-26 một cách hời hợt có thể dẫn bạn đi đến kết luận rằng Gia-cơ phá hỏng giáo lý của Phao-lô khi dạy rằng "sự cứu rỗi chỉ bởi đức tin". Nhờ suy gẫm phân đoạn này về phương diện thần học trong khi nghiên cứu, bạn sẽ phải vật lộn với cách Phao-lô phát biểu về sự cứu rỗi *khớp với* chứ không *nghịch với* điều Gia-cơ đang nói. Và ngay cả nếu bạn không giải quyết hết mọi vấn đề, thì ít ra bạn cũng sẽ vật lộn với cách Kinh Thánh giúp bạn giải thích Kinh Thánh hơn là vô tình dùng Kinh Thánh đấu với Kinh Thánh, và khi làm vậy, bạn phủ nhận sự hiểu biết chính thống về tính không sai lạc của Kinh Thánh.

Giúp bạn kết nối với Phúc âm từ các thể văn cụ thể

Sự thật là đôi khi việc sử dụng thần học Kinh Thánh trong một số thể văn là việc làm nhiều thách thức. Bản chất của thần học Kinh Thánh – một câu chuyện lớn – kết nối tốt với các thể loại khi truyện kể là hình thức chính của bản văn. Đồng thời, thi ca Cựu Ước có thể không cho bạn cửa sổ hợp pháp để nhìn vào câu chuyện lớn của Kinh Thánh theo cách bạn muốn. Các thư tín Tân Ước, vốn chứa đựng những lập luận lô-gíc, cũng có thể khó kết nối qua thần học Kinh Thánh.

Tuy nhiên, các thể văn có nhiều phần luận thuyết hoặc thơ ca có thể được kết nối với Phúc âm dễ dàng hơn qua thần học hệ thống. Những thể loại này thường có khuynh hướng nói đến những khái niệm cơ bản như là đức tin, ân điển, sự xưng công chính, tội lỗi và những điều tương tự. Vì vậy khi một Thi Thiên nói đến sự ăn năn tội, hay Phao-lô nói về đức tin và việc làm, chúng ta có một cửa sổ hợp pháp để nhìn vào khái niệm thần học của Phúc âm.

Giúp bạn cải thiện khả năng nói chuyện với người chưa tin

Tôi đoán hầu hết những người chưa tin Chúa bước vào hội thánh không giống như hoạn quan người Ê-thi-ô-pi-a: thành tâm và mạnh mẽ khao khát hiểu rõ sách Ê-sai hơn. Ngược lại, tôi chắc chắn với bạn là họ sẽ hỏi về vấn đề sự gian ác, Đức Chúa Trời, tội lỗi, sự cứu chuộc và những điều tương tự. Câu trả lời bắt nguồn từ những phân loại có hệ thống. Và vì vậy, kết nối cách hợp pháp bản văn của bạn với thần học hệ thống trong khi soạn bài giảng có thể thật sự là cách tốt nhất để kéo một người chưa tin Chúa vào Lời Ngài. Giả sử một người chưa tin Chúa đang nghe bài giảng của bạn và thắc mắc về khái niệm "tội lỗi" trong phân đoạn Kinh Thánh. Một cách hữu ích có thể dùng để dạy về tội lỗi là nhìn vào phân loại theo hệ thống và nhận biết có ba ẩn dụ chính chỉ về tội lỗi: gánh nặng, món nợ, và vết nhơ. Vì vậy, mặc dù người nghe ban đầu có thể không hiểu khái niệm "tội lỗi" như trong phân đoạn của bạn, nhưng bạn có thể kết hợp giáo lý rộng hơn về tội lỗi vào bài giảng sao cho người nghe có thể hiểu được.

Một Bước Nữa

Trong chương này, chúng ta đã đề cập đến nhiều vấn đề. Hy vọng, bạn nhìn thấy giá trị khi không đi trực tiếp từ giải nghĩa bản văn đến áp dụng, hay thậm chí không dừng lại ở việc giải thích bản văn Kinh Thánh. Ngược lại, tôi hy vọng bạn thấy giá trị của việc dành thời gian suy ngẫm thế nào ý chính của bản văn có thể kéo bạn đến với Phúc âm. Hiểu biết đúng về phương pháp phê bình lịch sử và các công cụ thần học Kinh thánh cũng như thần học hệ thống sẽ giúp bạn tiếp tục công việc của mình.

Nhưng dĩ nhiên, chúng ta chưa xong. Những thách thức và yêu cầu của *ngày nay* vẫn còn chờ đợi chúng ta phía trước.

Chương 4

Ngày Nay

Giai đoạn cuối cùng của việc soạn bài giảng đem chúng ta đến với *ngày nay*. Cuối cùng, chúng ta cũng đến được với hiện tại. Sau lưng chúng ta là công tác khó khăn liên quan đến bản văn cổ và công việc giải nghĩa bản văn mà chúng ta đã thực hiện: "họ và lúc đó". Đường thẳng suy ngẫm thần học xa xa cũng đã xong, cùng với ý chính về kỳ đã định trong Chúa Giê-xu Christ, sự chết và sự sống lại của Ngài. Và ngay trước mắt chúng ta là đích đến: *ngày nay*. Chúng ta và ngày nay. Hội thánh. Dân sự của Chúa, và những người phải trở thành con Ngài qua việc rao giảng Lời Chúa.

Cho đến lúc này trong cuộc hành trình, chúng ta đã cố tình giữ khoảng cách an toàn với việc bối cảnh hóa. Chúng ta làm như thế vì bối cảnh hóa thường có khuynh hướng chi phối công việc của chúng ta – cái mà chúng ta gọi là vấn đề *áp dụng bối cảnh hoá một cách mù quáng*. Nhưng khi đã làm xong việc giải thích bản văn Kinh Thánh, chúng ta sẵn sàng dành cho bối cảnh hóa một vị trí cần thiết và đúng đắn. Mặc dù mục vụ chia sẻ Phúc âm lành mạnh phải luôn dựa theo bản văn, nhưng nó phải phù hợp với bối cảnh. Bối cảnh hóa phải cho biết cách chúng ta giảng Lời Chúa ngày nay theo bốn ý sau:

1. Thành phần thính giả,

2. Sắp xếp tài liệu,

3. Cách lập luận,

4. Áp dụng sứ điệp.

Khi xem giai đoạn cuối cùng này như một sự *tổng hợp* có lẽ sẽ là điều có ích. Từ *tổng hợp* bắt nguồn từ tiếng Hy Lạp cổ và mang ý nghĩa đặt hai hay nhiều yếu tố khác biệt lại với nhau sao cho tạo thành một tổng thể mới liền mạch.

Nhiều người giảng đạo trẻ tuổi thấy chặng đường cuối cùng của cuộc hành trình đầy khó khăn. Họ không biết chắc làm sao để lèo lái nó, hoặc ít ra làm sao để lèo lái cho tốt. Họ có thể xử lý các phần khác nhau cách riêng lẻ. Một số chắc chắn sẽ có thể hoàn thành nhiệm vụ của tiến trình giải nghĩa bản văn. Một số khác có lẽ chọn chiến lược đọc Kinh Thánh dẫn họ vào sự suy ngẫm thần học. Nhưng nếu bạn hỏi làm thế nào họ bắt đầu xếp hai hay nhiều yếu tố lại với nhau để tạo thành một sứ điệp mạch lạc cho *ngày nay*, thì họ im lặng.

Nhưng phải có sự tổng hợp. Và những nhà giải nghĩa Kinh Thánh giỏi cũng thường làm như vậy, một phần vì việc áp dụng bối cảnh hoá của họ tập trung vào *thính giả, cách sắp xếp*, và *áp dụng*.

Thành Phần Thính Giả

Với ý nghĩa rộng nhất, những nỗ lực bối cảnh hóa của chúng ta phải luôn luôn tránh một trong hai sai lầm. Một mặt, nếu cách giảng của chúng ta luôn luôn đối chọi với văn hóa, thì sứ điệp của chúng ta sẽ bị thế gian khước từ thậm chí trước khi chúng ta có cơ hội trình bày Đấng Christ. Mặt khác, nếu chúng ta làm cho sứ điệp của mình thích nghi với thế gian (hoặc làm cho khuôn mẫu của đời sống chúng ta bị đồng hóa), thì chúng ta từ bỏ chính cở sở khiến chúng ta trở nên hữu ích cho Đức Chúa Trời trong thế gian. Nhiệm vụ của chúng ta là tìm cách đem sứ điệp vĩnh hằng của Đức Chúa Trời vào trong thế giới hầu như không có hiểu biết về Kinh Thánh và đầy dẫy sự lộn xộn về thần học.

Mặc dù ủng hộ công tác giải nghĩa bản văn và thần học là điều tốt, nhưng những nhà giải kinh giỏi không bao giờ quên sự thật rằng những kiến thức này tồn tại là để phục vụ con người. Tôi phát cáu với kiểu tư duy của một số người giảng Lời Chúa cho rằng hội chúng là để phục vụ họ thực hành mục vụ giảng Lời Chúa. Những người giảng trẻ tuổi đặc biệt nên nhận thức cám dỗ hướng đến việc thành lập mục vụ phục vụ bản thân.

Suốt mười lăm năm qua, hội thánh chúng tôi được đặc ân huấn luyện hơn bảy mươi thực tập sinh. Họ là những nam nữ thanh niên hướng đến sự phục vụ Cơ Đốc trọn thời gian trong lĩnh vực này hay lĩnh vực khác. Thỉnh thoảng, tôi nhắc họ rằng *con người mới là điều quan trọng*! Và nếu những người có khao khát cụ thể là giảng Lời Chúa nhưng không có tấm lòng cho con người, thì không nên để họ thường xuyên đứng sau toà giảng.

Vì vậy, nếu bạn muốn trở thành nhà giải kinh, thì hãy biết rằng: điều kiện tiên quyết để giảng là niềm đam mê con người trong tinh thần tin kính ngày càng gia tăng. Hãy học cách biết và yêu thính giả mà Đức Chúa Trời ban cho bạn. Chẳng phải đây chính là bài học Chúa Giê-xu làm cho Phi-e-rơ thấm nhuần trước khi để cho ông đi vào thế gian với Phúc âm sao? Trong Giăng 21, Chúa Giê-xu hiện ra lần thứ ba cho Phi-e-rơ và các môn đồ khác trên bờ biển Ga-li-lê. Ba lần Chúa Giê-xu hỏi ông: "Hỡi Phi-e-rơ, con yêu Ta hơn những người nầy chăng?" Và cả ba lần, với sự thất vọng ngày càng tăng, người giảng đạo tương lai trả lời: "Vâng thưa Chúa, Chúa biết rằng con yêu Chúa". Để đáp lại, Chúa bảo ông: "Hãy chăn chiên Ta". Điều được nhấn mạnh ở đây thật rõ ràng: những người Chúa Giê-xu biệt riêng để rao truyền Phúc âm là những người bày tỏ tình yêu của họ đối với Ngài bằng cách yêu hội thánh của Ngài.[1]

Và vì vậy, tôi nói với tất cả các bạn là những người khát khao rao giảng sứ điệp cho Đấng Christ: Bạn có yêu Chúa Giê-xu không? Bạn có thật sự yêu Ngài không? Vậy hãy thể hiện tình yêu của bạn dành cho Ngài bằng cách nuôi dưỡng và chăm sóc những người Ngài đã chết cho họ. Hãy học cách yêu thương con người.

---

1. Cornelius Van Til, *Paul at Athens* (Phillipsburg, NJ: P&R, 1978), 6.

Hội thánh

Thính giả chính nghe Lời Đức Chúa Trời được giảng theo cách giải kinh là hội thánh, dân sự Chúa. Những nhà giải thích Kinh Thánh trung thành luôn ghi nhớ điều này. Họ nỗ lực nghiên cứu Lời Chúa hết sức cẩn thận, chính xác vì họ biết rằng Lời mà họ công bố sẽ cứu và khiến hội thánh thêm mạnh mẽ.

Chính vì dân sự của Ngài mà Đức Chúa Trời, trong vườn Ê-đen, đã phán Lời Ngài. Tại Núi Si-nai, Đức Chúa Trời lại ban xuống Lời Ngài, lần này là khắc trên đá để dân sự mới được cứu có thể biết Ngài và đường lối nhân từ của Ngài. Và khi Ngài ban Chúa Giê-xu, chính là Ngôi Lời, là để tập hợp một dân cho chính Ngài. Điều tương tự cũng xảy ra tại Lễ Ngũ Tuần. Sự thông công của thánh đồ, những người đầu tiên gắn bó với sự giảng dạy của các sứ đồ, được cải đạo nhờ Lời Chúa được rao giảng.

Nói một cách đơn giản, mỗi nhà giải kinh trung thành mà tôi biết đều mang niềm xác tín không thay đổi rằng Lời Đức Chúa Trời tạo dựng và nâng đỡ dân sự Ngài, là hội thánh.

Điều này cho bạn biết gì về cách giảng của bạn *ngày nay*? Các nhà giải kinh đặc biệt phải nhạy bén nhận biết họ cần *thính giả* với sự hiện diện của Đức Chúa Trời. Chỉ một mình Ngài có thể hoàn thành công việc lớn lao đặt ra trước mắt chúng ta. Chúng ta cần đem toàn bộ quá trình soạn bài giảng đến trước Ngài trong sự cầu nguyện. Sẽ là một sai lầm khi nghĩ rằng có thể tách riêng việc giảng như thể công tác cải đạo và thành lập hội thánh lớn lao và vinh quang chỉ dựa trên hoạt động của chúng ta. Chúng ta, những người giảng, phải trở thành những con người cầu nguyện. Chỉ điều này thôi là dấu hiệu chắc chắn cho thấy chúng ta hiểu hội thánh hiện hữu và phát triển như thế nào trong thế gian. Và điều đó khiến chúng ta, là những nhà giải kinh, chuẩn bị sứ điệp của mình bằng đầu gối cũng như từ phía sau bàn làm việc. Bởi kinh nghiệm, chúng ta biết cúi mặt xuống đất nghĩa là gì và nài xin Chúa hoàn tất công việc mà dù chúng ta có cố gắng đến mấy cũng không thực hiện được.

Tóm lại, chúng ta rất cần, hết sức cần quyền năng của Đức Thánh Linh tham gia vào bài giảng của chúng ta. Và vì vậy, chúng ta cầu nguyện. Chúng ta cầu nguyện trước khi giảng, trong khi giảng, và thậm chí sau khi kết thúc bài giảng.

Thành phố

Mấy năm gần đây người ta viết nhiều về nơi chúng ta có thể tìm thấy thính giả của mình, nên không cần phải nói nhiều ở đây. Chỉ cần nói rằng chúng ta đang tiến nhanh đến thời điểm trong lịch sử nhân loại khi một nửa dân số thế giới sẽ sống ở thành thị. Người giảng Lời Chúa không nên bỏ qua điều này. Ngược lại, điều này phải được thể hiện trong bài giảng của chúng ta.

Chúng ta không cần phải chấp nhận khái niệm ngu ngốc cho rằng Đức Chúa Trời yêu những người sống ở thành phố hơn những người không sống ở đó. Chúng ta chỉ cần chú ý đến những thách thức và cơ hội của cuộc sống thành thị. Hội chúng mà nhiều người trong chúng ta đang giảng, về bản chất, sẽ gồm nhiều tầng lớp khác nhau và có đầy đủ các thế giới quan ganh đua với nhau. Và điều đó có thể trở thành nguyên nhân không cần thiết gây bốc đồng nếu chúng ta không cẩn thận với lời nói của mình. Chúng ta phải nghĩ đến đối tượng thính giả đa dạng trong bài giảng của mình. Điều này có nghĩa là chúng ta nên sẵn sàng đổi những câu nói thông tục và những câu nói đùa trong nền văn hóa địa phương của chính mình. Bạn không nói trước hội đồng thành phố cùng một câu chuyện bạn sẽ kể cho bạn thân nghe khi ăn trưa. Đây là vấn đề thay đổi phạm vi của chúng ta. Chúng ta nên giảng như thể mục đích của chúng ta là để con người từ khắp trái đất có thể hiểu, cụ thể là trong nhiều trường hợp, họ là những người sẽ nghe bài giảng của chúng ta.

Vì Đức Chúa Trời tiếp tục tập hợp ngày càng nhiều những hội chúng đa dạng, nên có hai chiến lược giảng Lời Chúa được xác nhận là hữu ích:

- Chiến lược giữa con người với con người,
- Chiến lược tổng hợp.

Đối với hai chiến lược này, bài diễn thuyết trước người A-thên của Phao-lô dạy chúng ta nhiều điều. Thứ nhất, về phương diện *giữa con người với con người*, Lu-ca cho biết Phao-lô biện luận và nói chuyện với người A-thên, trong nhà hội lẫn ngoài phố chợ. Nói cách khác, lời tuyên bố của ông không phải một chiều. Chúng ta không nên nghĩ rằng ông chỉ đứng phía sau bục giảng độc thoại mỗi tuần một lần. Ngược lại, ông dùng nhiều chiến lược khác nhau giữa con người với con người. Tại phố chợ, ông thậm chí còn đối thoại. Chúng ta cũng vậy, nên tìm kiếm những phương cách và nơi chốn để thực hiện chiến lược này trong thành phố ngày hôm nay.

Cũng liên quan đến chiến lược giữa con người với con người, đó là dường như Phao-lô không tự khởi xướng trước mà chờ cho đến khi ông được có cơ hội nói chuyện với những người có quyền lực, ít ra là trong Công 17. Lu-ca ký thuật rằng "Chúng bắt người, đem đến nơi A-rê-ô-ba, mà hỏi rằng: 'chúng tôi có thể biết được đạo mới nào mà ông dạy đó chăng?'" (17:19). Cụm từ "bắt người" cung cấp thông tin. Dường như Phao-lô không quá táo bạo. Ông không xông vào trung tâm xã hội A-thên. Ông không đòi hỏi phải có thính giả là người ưu tú. Ngược lại, ông đến những chỗ thuận lợi cho việc giảng: nhà hội và phố chợ (câu 17). Bài giảng của ông tại A-rê-ô-ba là do được yêu cầu. Chắc chắn chúng ta phải can đảm, nhưng thành phố cũng đòi hỏi nơi chúng ta sự tôn trọng.

Thứ hai, tầm quan trọng ngày càng gia tăng của thành phố đòi hỏi một *chiến lược tổng hợp*. Ngược với chiến lược đả phá tín ngưỡng hoặc chia cắt, chiến lược tổng hợp đem những tiêu chuẩn văn hóa và sứ điệp Cơ Đốc lại với nhau, dùng chúng theo những cách nhắm phục vụ việc công bố Phúc âm của bạn. Một ví dụ về chiến lược này là ở Công Vụ

Các Sứ Đồ chương 17. Trong chương này, bên cạnh những việc khác, Lu-ca đã chứng minh cách hiệu quả Phao-lô vô tội trước lời cáo buộc sai trật về sự cuồng tín của trào lưu chính thống. Ông mô tả các thần tượng ở A-thên đã khiến Phao-lô tức giận cách chính đáng, nhưng ông không muốn đánh đổ chúng ngoài đường phố. Thật vậy, ông cho thấy Phao-lô đang làm điều ngược lại – dùng những hình tượng đó vào mục đích biện giáo: "Thưa quý vị là người A-thên, tôi nhận thấy trên mọi phương diện, quý vị thật là những người sùng đạo. Vì khi đi khắp thành phố, quan sát các nơi thờ phượng của quý vị, tôi thấy một bàn thờ có khắc chữ: THỜ THẦN KHÔNG BIẾT. Vậy, Đấng quý vị thờ mà không biết đó, chính là Đấng tôi đang rao truyền cho quý vị đây" (câu 22-23). Qua việc mở đầu sứ điệp với cụm từ "thần không biết", Phao-lô nhắm vào sự nhạy cảm về trí tuệ của thính giả có học thức. Rốt cuộc, hầu hết học giả ít ra sẽ thừa nhận rằng nhiều việc họ vẫn chưa biết; và thuật ngữ được Phao-lô dùng ở Công 17:23 là một hình thức của cụm từ *thuyết bất khả tri*. Như Cornelius Van Til đã nói: "Ngay cả giữa những người có học thức, cũng là điều tốt khi nhận ra sự thật là có nhiều điều ở trên trời và dưới đất hơn họ mơ tưởng trong triết lý của mình... cho nên họ hoàn toàn sẵn sàng chấp nhận điều mình chưa biết".[2] Mở đầu sứ điệp theo cách này thật là một cú đánh kỳ tài.

Bạn có thể tưởng tượng câu chuyện sẽ khác ra sao nếu Phao-lô sử dụng chiến lược đả phá tín ngưỡng ở A-thên thay

---

2. Cornelius Van Til, *Paul at Athens* (Phillipsburg, NJ: P&R, 1978)

vì chiến lược tổng hợp? Nếu ông đem cái búa tạ đến bàn thờ, hoặc dẫn đầu cuộc tẩy chay chống lại các lễ hội, hay dán đầy câu khẩu hiệu "chống lại cách sống của người A-thên" trên các biển quảng cáo lớn trên đường vào thành phố, thì chắc chắn điều đó sẽ khiến sứ điệp của ông trở nên dễ hiểu. Nhưng điều này cũng có thể gây tổn hại lớn cho Phúc âm. Những chiến lược khoa trương có thể giải thoát thế giới khỏi các biểu tượng bên ngoài của dị giáo hoặc của các tôn giáo – nhưng hễ khi nào Cơ Đốc nhân sử dụng những chiến lược như vậy, thì họ không chinh phục được tâm trí và tấm lòng của những người sống và làm việc giữa thần tượng.

Đúng vậy, nhiều người ngày hôm nay sẽ được kêu gọi giảng Lời Chúa trong các thành phố lớn, và thật đúng đắn khi họ ủng hộ chiến lược giữa con người với con người cũng như chiến lược tổng hợp đã chinh phục được các thành phố trong quá khứ.

Người dân thành thị và nền văn hóa của họ

Biết đi tìm thính giả chỗ nào là một việc. Còn biết thính giả của mình là ai và phong tục của họ là gì là một việc hoàn toàn khác. Thế giới ngày nay đầy dẫy những con người không biết Kinh Thánh, và không ai trong chúng ta nên thỏa lòng khi giảng mà không có một vài người như thế hiện diện. Người giảng Phúc âm nhắm đến việc có những thính giả gồm những người ở *trong* thế gian, vì người chưa tin Chúa là thính giả nòng cốt cần nghe Lời Chúa. Nếu chúng ta muốn sứ điệp của mình đến với thính giả ngày nay, chúng ta cần chú ý thích đáng đến bối cảnh văn hóa của họ. Chúng ta cần có khả năng nói ngôn ngữ của nền văn hóa đó. Cám ơn Chúa, có nhiều sách vở và bài báo nói đến nhu cầu này. Tôi không thể nói gì thêm nữa, dù tôi có lời cảnh báo rằng những nhà giải kinh giỏi phải biết giới hạn của việc chuẩn bị như thế này. Chỉ vì chúng ta làm tốt công việc bối cảnh hóa, không nhất thiết có nghĩa là người nghe sẽ dễ dàng hiểu bài giảng của chúng ta, chứ đừng nói đến việc chúng ta nhất thiết sẽ biến đổi nền văn hóa.

Ngoài ra, để minh hoạ cho ý trên, chúng ta không cần phải tìm đâu xa ngoài bài diễn thuyết của Phao-lô cho người A-thên được ký thuật trong Công 17:16-34. Mặc dù Phao-lô cố gắng hết sức để bối cảnh hóa sứ điệp cho thính giả của ông (như chúng ta nên làm), nhưng Lu-ca nhận thấy rằng hiệu quả của công việc cần thiết và tốt đẹp này cũng bị giới hạn. Một người A-thên phản ứng trước việc rao giảng Phúc âm của Phao-lô: "Gã bẻm mép nầy muốn nói gì đó?" (17:18). Từ được dịch là *gã bẻm mép* có nghĩa là *người nhặt hạt giống* hoặc *người đi bới rác*, như thể Phao-lô đang chộp lấy ý này ở đây, rồi ý kia ở chỗ khác và kết quả là sự thiếu mạch lạc. Đây là loại phản ứng mà người áp dụng bối cảnh hóa một cách mù quáng quả quyết đã khắc phục được.

Phải hiểu rõ ký thuật của Lu-ca: Phao-lô, người cho chúng ta gương mẫu về việc bối cảnh hóa, bị một số người chế giễu vì rao giảng sứ điệp không có ý thống nhất và do đó không có khả năng ảnh hưởng đến dư luận (xem Công 17:32). Một phản ứng khác đối với sứ điệp của Phao-lô là:

"Người dường như giảng về các thần ngoại quốc vì Phao-lô truyền cho chúng về Đức Chúa Giê-xu và sự sống lại" (17:18). Cụm từ "các thần ngoại quốc" ngụ ý vấn đề của người A-thên có một phần liên quan đến việc họ hiểu ý Phao-lô muốn nói. Về bản chất, khi người A-thên lần đầu tiên nghe Phúc âm, họ nghĩ Phúc âm xa lạ, không quen thuộc, và không nằm trong các thần họ đang thờ.

Điều tôi muốn nói khi lưu ý hai phản ứng đối với Phao-lô là hãy cố gắng hết sức để hiểu người dân thành thị ngày hôm nay và văn hóa của họ, nhưng đừng nghĩ rằng nhà giải kinh giỏi luôn luôn được người khác hiểu và thuyết phục được họ.

Cuối cùng, tôi được nhắc nhở không chỉ chúng ta cần phải cầu nguyện, mà chúng ta còn cần năng quyền của Đức Thánh Linh hiện diện trong mọi bài giảng của chúng ta. Đây thật là nhu cầu lớn nhất của chúng ta. Người giảng phải hiểu đâu là nguồn năng lực thật sự. Vai trò của Đức Thánh Linh trong việc khai sinh hội thánh qua Lời Chúa và trong việc thách thức uy thế của mọi người dân thành thị cùng nền văn hóa của họ là điều không thể thiếu. Đời sống thật và sự thay đổi thật bên trong người nghe không đến từ tài khéo léo của chúng ta, mà từ Lời của Đức Thánh Linh (Giăng 6:63), được trình bày rõ ràng bởi người giảng biết nhờ cậy Chúa.

Vậy thì, bởi lòng tin chắc, nguyện chúng ta là những người khao khát giải thích Lời Chúa sẽ từ bỏ mọi đòi hỏi và hình thức – tức là mọi quy tắc trong giảng dạy – bất kỳ điều gì bộc lộ qua cách nào đó rằng chúng ta cũng có quyền năng. Sự giảng dạy đòi hỏi sự khiêm nhường. Chúng ta phải chấm dứt mối quan tâm thái quá về nghệ thuật hoặc hình thức. Chúng ta từ chối tiếng tăm, sự ca ngợi, và cái bẫy của sự hám lợi hay tham lam:

> Vì sự rao giảng của chúng tôi không xuất phát từ sự sai lầm, cũng không có ý đồ xấu xa hoặc để lừa dối ai. Trái lại, chúng tôi đã được Đức Chúa Trời thử nghiệm và ủy thác Tin Lành, nên chúng tôi cứ thế mà rao giảng, không phải để làm vừa lòng loài người, nhưng để làm vừa lòng Đức Chúa Trời là Đấng dò xét tấm lòng chúng tôi. Như anh em biết, và có Đức Chúa Trời chứng giám, chúng tôi không bao giờ dùng những lời dua nịnh, hoặc vì động cơ tư lợi mà làm; chúng tôi cũng không tìm kiếm vinh quang từ loài người, hoặc từ anh em, hoặc từ người khác; dù rằng với tư cách là sứ đồ của Đấng Christ, chúng tôi có thể đòi hỏi anh em tôn trọng chúng tôi (1 Tê 2:3-6).

Sắp Xếp Tài Liệu

Mỗi tuần, người giảng đối diện với một thách thức giống nhau: làm thế nào tôi sắp xếp tài liệu tôi muốn giảng? Tôi phải sắp xếp như thế nào? Đây là những câu hỏi hay và có giá trị.

Một khi bạn đã giải nghĩa bản văn và suy ngẫm bản văn trên phương diện thần học, bạn sẽ có một kho những điều phong phú và hữu ích để nói ra, và bạn hoàn toàn có lý khi muốn thưởng cho thính giả của mình thành quả từ công sức mà bạn bỏ ra. Vậy nên, điều gì hướng dẫn chúng ta cách sắp xếp tài liệu? Và bối cảnh hóa sẽ phải đóng vai trò tích cực gì? Tôi tin bạn cần chuẩn bị theo hai hướng sau:

- Nhu cầu về tính rõ ràng,
- Lợi thế của việc đi theo bản văn.

Hướng đầu tiên phụ thuộc nhiều vào việc bối cảnh hóa; còn hướng thứ hai bám sát bản văn Kinh Thánh.

Nhu cầu về tính rõ ràng

Cách đây hai năm, tôi cùng ngồi với Dick Lucas trong phòng khách ở London, Anh quốc. Cuộc nói chuyện của chúng tôi tự nhiên chuyển sang nói về điều Đức Chúa Trời đang làm trong hội thánh. Cả hai chúng tôi đều hy vọng và phấn khích về triển vọng chúng tôi nhìn thấy trong thế hệ người giảng Lời Chúa kế tiếp. Đang trao đổi vui vẻ, ông nói chen vào: "Đúng vậy, nhưng chúng ta phải nhắc họ rằng sự giảng dạy không được quá đơn giản". Sau gần năm mươi giảng cho các doanh nhân làm việc tại khu tài chính của London, Lucas đã học được một điều thật sự quan trọng: những người giảng có ơn là những người giảng rõ ràng. Người giảng không thể quá đơn giản. *Chúng ta cần sự rõ ràng.*

Tôi cũng nhận thấy như vậy. Mặc dù ngày nay chúng ta có một thế hệ những người giảng Lời Chúa đầy nhiệt huyết đang nổi lên rải rác, nhưng nhiều người vẫn cần học nghệ thuật sắp xếp ý tưởng sao cho rõ ràng và súc tích. Đây là lúc bối cảnh hóa thể hiện vai trò tuyệt vời của nó.

Người giảng giải kinh nhận biết rằng hội chúng mà họ giảng hằng tuần nói chung không hào hứng như họ về mọi sắc thái liên quan đến giải thích bản văn Kinh Thánh và những chỗ khó hiểu trong bản văn mà người giảng nghiên cứu và nắm vững suốt cả tuần. Một trong những doanh nhân tin kính của tôi đã nói với tôi như vầy: "Dave, tuần này tôi đem về thức ăn gì? Đừng nói với tôi trong ba mươi phút mà không có điều gì rõ ràng. Tôi cần những tiêu đề đơn giản và có thứ tự cùng với cách trình bày thẳng thắn".

Người giảng Lời Chúa kết quả biết những nơi mà hội chúng của mình sống và làm việc. Người ấy biết nhu cầu của họ và nói bằng ngôn ngữ của họ. Người ấy cảm thấy thoải mái khi giảng cho người đã tin và chưa tin, cho dù người ấy dành phần lớn thời gian trong tuần nghiên cứu về hội thánh.

Khi bạn bắt đầu công việc liên quan đến bối cảnh là sắp xếp ý tưởng, hãy nghiên cứu thu thập thông tin để bảo đảm bài giảng của bạn được rõ ràng. Hãy chú ý kỹ những từ ngữ bạn dùng và cách bạn nêu vấn đề. Hãy thỏa lòng nếu vinh hiển của Đấng Christ được trình bày rõ ràng chỉ cho những người đến nghe. Phao-lô đã khích lệ: "Hãy thành tâm cầu nguyện... Cũng hãy cầu nguyện cho chúng tôi...để tôi có thể bày tỏ *rõ ràng* điều tôi phải nói" (Côl 4:2-4).

Hai bước thực tiễn giúp bạn có bài giảng rõ ràng:

- Nêu chủ đề của phân đoạn,
- Nói rõ mục đích của trước giả.

Nhà giải kinh đừng bước lên giảng nếu trước tiên không thể nói rõ *chủ đề* của phân đoạn Kinh Thánh trong một câu mạch lạc. Chủ đề là ý chính hay vấn đề chi phối toàn bản văn. Đó là ý trước giả muốn nói đến. Ví dụ, mới đây, tôi bắt đầu sứ điệp ở Gia-cơ 4:1-12 với câu trình bày đơn giản: "Vấn đề Gia-cơ muốn chúng ta cùng suy nghĩ với nhau trong ba mươi phút tiếp theo là lời nói của chúng ta, khả năng làm gãy đổ mối quan hệ trong hội thánh, nguồn của sức mạnh, và điều chúng ta có thể làm với lời nói". Cho dù bạn có nói thẳng thừng như tôi hay không, thì việc bạn có thể nêu lên ý dạy dỗ chính của trước giả trước hội chúng trong một câu sẽ giúp bài giảng của bạn được rõ ràng và đơn giản. Đây là hai dấu hiệu của phong cách giảng tốt.

Bước thực tiễn thứ hai mà người giảng có thể sử dụng để tăng thêm sự rõ ràng là nói rõ trong một câu *mục đích* của trước giả Kinh Thánh đối với thính giả của ông từ bản văn. Mục đích là điều trước giả muốn thính giả thực hiện hoặc cách ông muốn họ suy nghĩ khác đi – trong hành động hoặc phản ứng – sau khi nghe đề tài của ông. Cho dù bạn không phát biểu nó thành một câu trong bài giảng, bạn cũng phải tìm ra nó trước khi bắt đầu bài giảng. Bạn phải trả lời được câu hỏi trước giả muốn gì từ độc giả của ông?

Việc có thể phát biểu mục đích của trước giả đem lại nhiều lợi ích, mà lợi ích không hề nhỏ là nó giúp cho việc bối cảnh hóa được đơn giản hóa. Người giảng không phải hao tốn sức lực tìm kiếm những phương cách làm cho sứ điệp của mình trở nên thích hợp. Họ không cần phải như vậy. Kinh Thánh *luôn luôn* thích hợp. Ngược lại, họ rút ra những hàm ý và áp dụng có sẵn trong bản văn sao cho có ý nghĩa đối với nền văn hóa bao trùm hội thánh. Bằng cách này, bản văn Kinh Thánh và nhiệm vụ bối cảnh hóa đi song song với nhau. Chúng là cộng sự trong công tác giảng dạy. Và khi chúng được sử dụng theo cách như vậy, không chỉ người giảng trung thành với Kinh Thánh và có kết quả, mà bài giảng cũng sẽ rõ ràng và dễ theo dõi.

Lợi ích của việc dựa theo bản văn

Mối quan hệ năng động giữa bản văn và bối cảnh hóa này cũng phải xảy ra khi người giảng lập dàn ý cho sứ điệp của mình. Bối cảnh hóa là phần thứ yếu sau bản văn. Cách sắp xếp bài giảng thường phải đi theo cách sắp xếp của phân đoạn Kinh Thánh. Công việc giải nghĩa bản văn Kinh Thánh, suy ngẫm thần học Kinh Thánh và thần học hệ thống sẽ cho bạn bố cục bài giảng. Thật vậy, bố cục trở thành hình ảnh phản chiếu được bối cảnh hóa của những công tác trên.

Nguyên tắc này là công việc tự nhiên của công tác giải thích Kinh Thánh. Chúng ta không áp đặt bố cục lên phân đoạn Kinh Thánh. Ngược lại, chúng ta lấy ra từ phân đoạn điều Đức Thánh Linh đã đặt ở đó. Và tốt nhất là thực hiện theo cách Đức Thánh Linh sắp xếp phân đoạn. Hãy nhớ Charles Simeon đang nghĩ đến việc này khi ông nói: "Tôi cố gắng lấy ra điều có sẵn trong Kinh Thánh, chứ không nhét vào điều tôi nghĩ là có trong Kinh Thánh. Tôi nhớ kỹ điều này trong đầu để không bao giờ nói nhiều hơn hay ít hơn điều tôi tin là ý của Đức Thánh Linh trong phân đoạn tôi đang giải nghĩa".[3]

Tôi đã định nghĩa giải kinh là cách giảng truyền năng lực mà cách sắp xếp và ý chính của bài giảng phụ thuộc hợp lý vào cách sắp xếp và ý chính của phân đoạn Kinh Thánh. Có lẽ sẽ hữu ích khi hiểu điều tôi muốn nói qua từng từ ngữ chính trong định nghĩa của tôi. *Bố cục và trọng tâm* mà tôi muốn nói đó là từng đơn vị bài giảng tự nhiên trong Kinh Thánh đều có sẵn cách sắp xếp và ý chính do Đức Thánh Linh định. Công việc của người giảng là tìm ra chúng. Cách tốt nhất để tìm là qua việc giải nghĩa bản văn Kinh Thánh và suy ngẫm thần học một cách có kỷ luật. Một khi hiểu được cách sắp xếp và ý chính cách rõ ràng, người giảng có thể nghĩ đến cách xây dựng bài giảng.

Điều khiến cho cấu trúc bài giảng khác biệt với các dạng bài nói chuyện khác về Kinh Thánh là: cách sắp xếp ý tưởng của người giảng *phụ thuộc cách hợp lý* vào bố cục và trọng tâm của phân đoạn Kinh Thánh. Chúng ta không áp đặt bố cục khác lên bản văn. Hơn thế nữa, chúng ta không chen vào tài liệu không có trong bản văn. Hai mối quan tâm này được nói đến trong cụm từ *phụ thuộc cách hợp lý*. Chúng ta cần những người giảng cam kết thuật lại tin tức tốt lành cách đúng đắn.

Quá nhiều người trong chúng ta thiếu kỷ luật. Bố cục của chúng ta không thích hợp. Chúng ta tạo ra những sứ

---

[3]. Handley Carr Glyn Moule, *Charles Simeon* (London: Methuen & Co., 1892), 97.

điệp phản chiếu điều gì đó không có trong phân đoạn Kinh Thánh. Những sứ điệp đó có một hình dáng khác. Đây là dấu hiệu cho thấy chúng ta hầu như không khép mình vào kỷ luật đủ trong phần soạn bài giảng. Bố cục và trọng tâm của bài giảng của chúng ta không phục tùng phân đoạn Kinh Thánh. Ngược lại, chúng ta làm cho bản văn phù hợp với bất kỳ bố cục và trọng tâm nào mà chúng ta tưởng tượng ra trong tuần đó. Kết quả là chúng ta thiếu phần giải nghĩa Kinh Thánh, và lừa dối hội chúng của mình rằng họ đang nghe tiếng của Đức Chúa Trời. Ngược lại, họ ra về chỉ với giọng nói kém cỏi của chúng ta. Vì vậy, tôi khuyến khích bạn tạo ra những sứ điệp từ Kinh Thánh theo sát bản văn. Cuối cùng, đây là giải nghĩa Kinh Thánh, và như tiêu đề phụ của quyển sách nhỏ này có ghi, đây là *cách chúng ta trình bày Lời Chúa ngày nay.*

Sau khi đã xem vai trò ích lợi của việc bối cảnh hóa đối với *thính giả* và *cách sắp xếp ý tưởng*, chúng ta sẵn sàng để xem bối cảnh hóa giúp bạn thế nào trong việc *áp dụng sứ điệp*.

Biện Luận

Mỗi bài giảng phải có biện luận. Thật ra không có cách môn đồ hóa nào mà không có biện luận. Hãy nhớ những lời dạy Chúa Giê-xu để lại trong Mat 28:19-20, các môn đồ phải môn đồ hóa thêm nhiều người bằng cách "dạy họ giữ mọi điều Ta đã truyền cho các con". Họ phải nói bằng sức mạnh tinh thần để thuyết phục người nghe vâng theo. Nhưng người giảng không nên thỏa lòng với việc thay đổi hành vi, mà phải thuyết phục và chinh phục được người khác. Người giảng không chỉ nói bằng lời mà còn phải lập luận. Có điều gì đó về Phúc âm hấp dẫn lý trí của chúng ta chứ không chỉ là cảm xúc.

Hãy để tôi trình bày ba ý ngắn gọn về vấn đề này. Thứ nhất, có nhiều chỗ trong Kinh Thánh cho biết phải biện luận khi giảng. Hãy xem Công 17:2-3. Mục vụ của Phao-lô đã phát triển rộng lớn hơn và đây là lời mô tả về nó: "Theo thói quen, Phao-lô đến nhà hội; trong ba ngày Sa-bát ông *biện luận* với họ, lấy Kinh Thánh *giải thích* và *chứng minh rằng* Đấng Christ phải chịu thương khó, rồi sống lại từ cõi chết". Và chúng ta thấy trong câu 4 rằng một số người chịu thuyết phục. Phao-lô *biện luận* (đây là từ ngữ mà từ đó chúng ta có từ *đối thoại*). Ông đi vào cuộc tranh luận và giảng theo cách trao đổi suy nghĩ với thính giả. Ông *giải thích* hoặc mở trí họ theo nghĩa đen. Ở Lu-ca chương 24, Chúa Giê-xu cũng làm điều này với các môn đồ, tức mở trí họ. Chúa Giê-xu làm điều này một phần qua việc biện luận về sự chặt chẽ của Kinh Thánh. Nhưng cách này có tác dụng phá vỡ niềm tin sai lạc cho rằng Cơ Đốc nhân không có lý trí. Cả Phao-lô và Chúa Giê-xu đều chứng tỏ rằng Cơ Đốc nhân là những người cởi mở nhất. Phao-lô cũng *chứng minh*, hoặc theo nghĩa đen là đặt cái gì đó trước mặt thính giả. Hiểu theo nghĩa bóng, từ này được dùng trong bối cảnh của bữa ăn (Lu 9:16, 10:8, v.v...). Phao-lô đưa ra lập luận trước mọi người để mọi người hiểu. Và kết quả là họ bị *thuyết phục*. Họ tin chắc vào điều họ nghe. Một số người được thu phục. Là người giảng, bạn cần có tầm nhìn xa. Chúng ta có thể ngần ngại trước khái niệm thuyết phục vì chúng ta hiểu sai 1 Cô-rinh-tô chương 1 và muốn khước từ sự khôn ngoan của thế gian. Nhưng điều này không có nghĩa là chúng ta không nên sử dụng mọi thứ chúng ta có để lý lẽ có sức thuyết phục. Chúng ta cần làm cho người khác tin. Phao-lô đã hoàn toàn liều lĩnh trong Công 26:26-28 khi ông mạnh mẽ tuyên bố ao ước thuyết phục Vua Ạc-ríp-ba và toàn bộ phiên tòa. Phao-lô không hài lòng với việc được tham gia vào cuộc trò chuyện hay cố gắng làm cho người ta chấp nhận Cơ Đốc giáo. Ông muốn thuyết phục, muốn thu phục mọi người trong thế giới đến với chính nghĩa của Phúc âm.

Thứ hai, việc tham gia vào mục vụ đối thoại thật sự cũng có giá trị. Việc này không giống như giảng theo kiểu đối thoại. Từ giảng mà Kinh Thánh dùng bắt nguồn từ ý niệm thông báo và được trình bày với hình thức độc thoại. Nhưng việc kéo người ta đến qua sự trình bày mang tính tương tác nội tại cũng có gì đó rất giá trị. Phao-lô tham gia đối thoại, nhưng ông độc thoại trong khi giảng, bài thuyết giảng bằng sức mạnh đạo đức. Vì vậy, chúng ta phải hoàn toàn nhìn thấy đây là những mi-crô mở, là phần hỏi đáp, và là cơ hội để đối thoại thật sự và đem lập luận vào cách giảng giải thích Kinh Thánh. Giảng là giải thích, nhưng đồng thời cũng thuyết phục và áp dụng.

Thứ ba, tập trung vào đề mục quan trọng nhất để biện luận. Xem Công 24:24-25: "Mấy ngày sau, Phê-lít với vợ mình là Đơ-ru-si, người Do Thái, đến và sai gọi Phao-lô để nghe ông nói về đức tin trong Đấng Christ Jêsus. Nhưng khi Phao-lô nói về sự công chính, sự tiết độ và sự phán xét tương lai, thì Phê-lít run sợ và nói: 'Bây giờ anh hãy lui ra; khi nào có dịp tiện ta sẽ gọi lại!'". Phê-lít nghe Phao-lô nói về 1) đức tin trong Chúa Giê-xu Christ, 2) sự công chính, 3) sự tiết độ, và 4) sự phán xét tương lai. Đây là bốn phạm trù lớn mà chúng ta nên dành thời gian để biện luận. Thật vậy, đây là những lập luận Phao-lô đưa ra ở Rô-ma chương 1-3.

Hãy học cách lập luận trong từng sứ điệp bạn giảng. Điều này không dễ, nhưng đơn giản là như vậy.

Áp Dụng Sứ Điệp

Khi nói đến phần áp dụng, điều đầu tiên phải được đề cập là người giảng nhắm đến sự *thay đổi tấm lòng*. Chúng ta không chỉ mong đợi áp dụng lẽ thật của Chúa vào tâm trí người nghe, dù đó là điều quan trọng. Chúng ta cũng không bằng lòng với việc chỉ khiến tay chân họ làm việc, dù đó là điều cần thiết cho sự phục vụ Cơ Đốc. Ngược lại, chúng ta theo đuổi tấm lòng của người nghe. Chúng ta không bao giờ được miễn cưỡng chấp nhận bài giảng có những áp dụng chỉ theo suy nghĩ hoặc hành động. Ngược lại, là người giải nghĩa Kinh Thánh, mục tiêu của chúng ta là hoàn toàn thu phục ý muốn và tình cảm của người nghe cho Đức Chúa Trời. Tấm lòng là trung tâm quyền lực. Và tấm lòng là tác nhân thay đổi.

Phần áp dụng dành cho tấm lòng kết hợp với bối cảnh hóa ít nhất theo bốn cách. Nó sẽ:

- Có mục tiêu chính là ăn năn trong lòng;
- Chú trọng tấm lòng cầu nguyện;
- Bắt nguồn từ nhận thức trong lòng;
- Nổi lên từ trọng tâm của kinh văn.

Ăn năn trong lòng

Chúng ta hãy quay lại bài giảng của Phao-lô tại A-thên. Ở đó, ông giảng để *ăn năn trong lòng*. Ông kêu gọi dân thành A-thên "ăn năn" (Công 17:30) chứ đừng mãi ở trong "thời kỳ ngu dại". Phao-lô không muốn điều gì khác hơn là sự thay đổi hoàn toàn của tâm trí, tấm lòng và ý chí của người A-thên.

Trong suốt thời gian soạn bài giảng, người giảng phải tự hỏi mình nhiều câu hỏi khi xem xét phần áp dụng phân đoạn Kinh Thánh: có phải tôi giảng nhằm thay đổi bên trong tấm lòng không? Tôi có e dè với việc kêu gọi ăn năn không? Có phải sứ điệp của tôi chỉ mang tính trí tuệ không?

Hãy nhớ, mục tiêu của việc bối cảnh hóa không phải nhằm giúp sứ điệp Phúc âm trở thành một sự thật thú vị hơn. Ngược lại, chúng ta trình bày để chinh phục tấm lòng của người nghe đến với sự ngợi khen trọn vẹn mà Đấng Christ đáng được nhận. Và để có được điều này, chúng ta cần Thánh Linh Đức Chúa Trời áp dụng Lời Chúa cho dân sự Ngài. Ngoài Đức Chúa Trời, ai có thể thay đổi lòng người (đây là điều kẻ thù của Chúa Giê-xu đã hiểu theo cách mỉa mai; xem Mác 2:7)?

Cầu nguyện từ tấm lòng

Vì mục tiêu của phần áp dụng trong bài giảng là những tấm lòng ăn năn hoàn toàn, và vì chỉ Đức Chúa Trời mới có thể làm thành mục tiêu này, nên chúng ta phải đến với phần áp dụng trong khi soạn bài bằng đầu gối. Chúng ta phải quen thuộc với lời cầu nguyện từ tấm lòng.

Lu 11:1-13 khuyến khích chúng ta làm điều này. Các môn đồ đến với Chúa Giê-xu vì muốn học cách cầu nguyện, giống như Giăng đã dạy các môn đồ của ông. Để trả lời, Chúa Giê-xu cho họ bài cầu nguyện mẫu (Lu 11:1-4). Sau đó Ngài dùng câu chuyện ngụ ngôn để khuyến khích họ trong sự cầu nguyện qua việc đối chiếu Đức Chúa Trời là Cha với người bạn thân. Người bạn bị đánh thức lúc nửa đêm có thể không giúp đỡ. Tình bạn cũng có những giới hạn! Nhưng Đức Chúa Trời là Cha thì không giống người bạn như vậy. Ngài sẵn sàng giúp đỡ chúng ta. Hãy xin, sẽ được. Hãy gõ cửa, Ngài sẽ mở. Và chính xác là Ngài hứa cho chúng ta điều gì? "Cha các ngươi ở trên trời lại chẳng ban Đức Thánh Linh cho người xin Ngài" (11:13). Ngay cả môn đồ của Giăng Báp-tít, là những người đã được dạy cầu nguyện, cũng không biết về Đức Thánh Linh (Công 19:1-2). Nhưng tạ ơn Đức Chúa Trời, chúng ta biết điều này. Và Ngài hứa ban Đức Thánh Linh cho chúng ta!

Nhận thức trong lòng

Chúng ta phải mở lòng mình trước Đức Chúa Trời vì linh hồn của dân tộc chúng ta thể nào, thì chúng ta cũng phải biết tấm lòng của dân mình thể ấy. Ở mức tốt nhất, bối cảnh hóa giúp chúng ta nhìn thấy điều kiểm soát tấm lòng của những người xung quanh chúng ta. Nói cách đơn giản, nếu phần áp dụng sứ điệp nhằm thu phục lòng người cho Đức Chúa Trời, thì chúng ta cần biết nhận thức trong lòng của con người. Bằng cách cẩn thận quan sát, chúng ta phải hiểu được những giá trị và cam kết bên trong của họ, đặc biệt những điều khiến họ không sống đời sống được sắp xếp cách đúng đắn trong sự thờ phượng và vâng phục Đấng Christ.

Các tác phẩm của Augustine và các Thư tín Phao-lô (cũng như các tác phẩm về sự giảng dạy của ông trong Công vụ) chứa đựng tài liệu không thể thiếu để người giảng suy ngẫm khi làm công việc bối cảnh hóa. Thật vậy, các tác phẩm của chỉ hai vị này cũng đủ để đáp ứng nhu cầu của nhà giải kinh. Thật buồn cười khi nghĩ rằng chỉ cần tham khảo báo chí hay tin tức trên phương tiện truyền thông đại chúng cũng đủ. Loại thông tin này rất thường không đi xa hơn *những gì* đang diễn ra trên thế giới. Vấn đề *tại sao* người ta làm như vậy mới là điều thiết yếu. Và khám phá ra lý do luôn luôn là vấn đề *ở tấm lòng*! Không ai là ví dụ điển hình cho vấn đề này tốt hơn Augustine và Phao-lô. Họ chỉ cho bạn *cách* có thể tận dụng *tin tức*.

May mắn là chúng ta có thể đạt được điều Augustine và Phao-lô thể hiện. Ví dụ, sử gia Peter Brown ở Princeton trình bày chính xác loại nhận thức trong lòng này qua nghiên cứu và giải thích của chính ông về La Mã cổ đại. Ông viết về *amor civicus* của công dân La Mã, "tình yêu đối với thành phố và công dân của thành". Ông viết tiếp:

> Người giàu bày tỏ tình yêu này được ca ngợi là amator patriae – người yêu nơi mình được sinh ra. Đó là tình yêu xứng đáng nhất mà một người giàu có có thể bày tỏ. Amor civicus được viết trên khắp đền thờ, tòa án và tòa nhà công cộng, mái vòm, cột, và các khu giải trí công cộng rộng lớn như rạp hát, nhà hát vòm cung, và sân vận động giống rạp xiếc, những nơi vẫn còn khiến khách du lịch kinh ngạc trước bất kỳ địa điểm La Mã nào hầu như tại bất kỳ vùng nào thuộc Đông Âu và Bắc Phi.[4]

Brown mô tả người La Mã là có "phong cảnh của tấm lòng". Ông mô tả họ là "người yêu quê hương" và "người chỉ yêu La Mã".[5] Nếu Brown đang thật sự giảng cho người La Mã, thì đây chính là loại tri thức có thể được sử dụng vô cùng hiệu quả trong phần áp dụng bài giảng. Giống La Mã cổ đại, thành phố của chúng ta là những nơi thế giới quan va chạm nhau. Nhưng lòng người được phô bày. Bạn và tôi phải học kỹ năng lắng nghe mà Peter Brown mô tả khá kỹ.

Để áp dụng Lời Chúa ngày nay với hiểu biết sâu sắc, việc biết điều toàn thể công dân yêu mến, nâng niu và xem trọng

---

4. Peter Brown, *Through the Eye of a Needle* (Princeton: Princeton University Press, 2012), 64.
5. Như trên, 96-101.

có thể là điều hữu ích. Bạn có biết chưa? Bạn có hiểu tấm lòng của những con người trong bối cảnh của bạn không?

Trọng tâm của kinh văn

Mặc dù mỗi người giảng đều cần nhận thức trong lòng, nhưng sẽ sai khi nghĩ rằng đó là tất cả những gì người giảng cần để có được phần áp dụng hay. Hãy nhớ rằng mục vụ Phúc âm lành mạnh luôn luôn phù hợp với ngữ cảnh, nhưng dựa theo bản văn.

Một số người giảng bị thính giả điều khiển, quá chú tâm vào bối cảnh đến nỗi khi soạn phần áp dụng, họ quên mất bản văn! Tôi đã thật sự nghe người giảng mô tả giai đoạn soạn phần áp dụng như vầy: họ ngồi nghiên cứu mắt nhắm lại, đầu ngửa ra sau, mặt đối diện trần nhà.

Một chiến lược bối cảnh hóa ở mức độ cao cũng cần thiết, nhưng không phải là điều chính yếu. Người giảng có thể phục vụ hội chúng của mình tốt hơn bằng cách mở mắt ra và mặt dán vào *bản văn*. Chìa khóa cần nhớ là: phần áp dụng của sứ điệp phải luôn kết nối với *trọng tâm của phân đoạn Kinh Thánh*. Để tìm áp dụng, bạn cần đặt những câu hỏi hay hơn – không phải hỏi về hội chúng, mà hỏi về bản văn.

Một câu hỏi tôi luôn hỏi về bản văn của tôi là mục đích của trước giả cho độc giả của ông là gì? Cho đến lúc này, đây là khởi điểm tốt nhất. Nó làm cho ý tưởng của tôi phù hợp với mục tiêu của trước giả. Phát biểu mục đích của bản văn đưa chúng ta tiến xa hơn trên con đường đi tìm những hàm ý hoặc áp dụng của bản văn cho thính giả của mình. Đôi khi chúng ta tìm thấy ý định của trước giả trong lời tuyên bố rõ ràng. Trong những trường hợp như vậy, tác giả đang truyền cho chúng ta ý áp dụng. Ví dụ, chúng ta đọc ký thuật Đa-vít và Gô-li-át:

> Hôm nay, Đức Giê-hô-va phó ngươi vào tay ta, ta sẽ giết ngươi, cắt đầu ngươi, và ban thây của đạo quân Phi-li-tin làm mồi cho chim trời và thú rừng. Khắp thế gian sẽ biết rằng có một Đức Chúa Trời trong dân Y-sơ-ra-ên, và toàn thể hội chúng nầy sẽ thấy rằng Đức Giê-hô-va không giải cứu bằng gươm, hoặc bằng giáo; vì Đức Giê-hô-va là Chúa của chiến trận, Ngài sẽ phó các người vào tay chúng tôi" (1 Sa 17:46-47).

Ở đây, bản văn cho chúng ta ý chính của câu chuyện: trận chiến mang mục đích truyền giáo ("khắp thế gian sẽ biết rằng Y-sơ-ra-ên có một Đức Chúa Trời") và mục đích khai trí, dạy dân sự Chúa biết tin cậy Ngài ("Đức Giê-hô-va không giải cứu bằng gươm hoặc bằng giáo; vì Đức Giê-hô-va là Chúa của chiến trận").

Câu hỏi hữu ích thứ hai về bản văn là các nhân vật trong bản văn này đáp ứng với lẽ thật của Đức Chúa Trời hay với Đấng Chịu Xức Dầu của Đức Chúa Trời như thế nào? Đôi khi, chứ không phải luôn luôn, các nhân vật trở thành vật làm nền cho hội chúng. Có lần tôi giảng một phân đoạn nói lên sự tương phản giữa hai vua là Sau-lơ và Đa-vít (1 Sa 22). Đây là một chương thú vị, có hai nhân vật phụ cùng xuất hiện trên sân khấu với hai vua nổi tiếng. Người thứ nhất là Đô-e người Ê-đôm, đứng về phía Sau-lơ. Người thứ nhì là A-bia-tha, quyết định đi theo Đa-vít. Đô-e và A-bi-tha trở thành nhân vật hữu ích cho phần áp dụng bài giảng. Chúng ta sẽ đi theo Đấng Chịu Xức Dầu của Đức Chúa Trời, cho dù người đó có vẻ yếu đuối và đang chạy trốn hay không? Hay chúng ta sẽ như Đô-e và đi theo vua đời này mà quyền lực và những lợi ích của vua cuối cùng sẽ tiêu tan?

Câu hỏi hữu ích thứ ba là có phải đây là áp dụng chính của bản văn hay chỉ là áp dụng có thể có? Nhìn chung, bạn không nên chộp lấy áp dụng thứ hai hay thứ ba trước khi chắc chắn rằng bạn đã nhấn mạnh điều chính yếu. Bạn muốn mục tiêu chính của mình làm nổi bật mục tiêu chính của Đức Thánh Linh trong bản văn. Hãy suy nghĩ câu hỏi này với hình ảnh một chiếc thang trên đó mỗi áp dụng càng trở nên trừu tượng hơn. Các thanh ngang của thang càng xa, thì bạn càng gặp khó khăn đến leo lên. Đơn giản là nó được đặt xa nhau quá, và bạn sẽ thấy khá hơn bám được điều gì đó gần hơn, mạnh hơn, rõ ràng hơn và chính yếu.

Vào những lúc như thế, khi tôi muốn áp dụng bản văn theo nhiều cách, tôi luôn bắt đầu với cách quan trọng nhất. Tôi càng đi xa khi tôi nói với hội chúng của mình rằng tôi đang nói theo nghĩa rộng. Hãy nhớ lại phần nói đến 1 Sa-mu-ên 2 trong chương 1. Một số ý áp dụng nói đến cách dạy con. Nhưng khi nghiên cứu bản văn, chúng ta thấy những áp dụng như thế đứng hàng thứ hai hoặc thậm chí thứ ba.

Một câu hỏi hữu ích khác để đối chiếu phần áp dụng của chúng ta với những tiết chế của bản văn là áp dụng của tôi có làm giảm ý nghĩa của bản văn không? Việc một áp dụng là khả dĩ không có nghĩa là trước giả đã nghĩ đến điều đó. Một câu hỏi khác có liên quan là áp dụng của tôi có mâu thuẫn với các phân đoạn Kinh Thánh khác không? Nếu có thì không dùng áp dụng đó. Hãy nghĩ về thời điểm Đa-vít nói dối thầy tế lễ A-bia-tha để có thức ăn và vũ khí (1 Sa 21). Bạn có thể dùng bản văn này biện luận cho "sự lừa dối thánh" khi phục vụ Chúa, nhưng bạn sẽ gặp vấn đề khi học Côl 3:9-10. Câu hỏi cuối cùng này sẽ giữ cho bạn không vô tình làm cho Kinh Thánh mâu thuẫn với Kinh Thánh.

Cách cuối cùng để kiểm tra bài giảng là đặt câu hỏi giúp tôi quay về với trọng tâm của chính Kinh Thánh. Phần áp dụng có dựa trên Phúc âm không, hay tôi đang lâm vào việc đặt ra thêm mạng lệnh trên dân sự? Ví dụ khi giảng Gia-cơ 3:1-12, chúng ta rất dễ nói rằng "phải kiểm soát lưỡi của mình". Nhưng đó sẽ là luân lý nếu chúng ta chỉ dừng lại ở đó. Ý của đoạn này là kiểm soát lưỡi là điều bất khả thi. Chúng ta cần ân sủng. Gia-cơ nói tiếp để làm rõ ý này trong câu 13-18. Chúng ta phải tìm kiếm sự khôn ngoan "từ trên".

Lời Cuối Cùng

Ngày nay, để tạo ảnh hưởng tốt nhất, người giảng phải kết hợp bối cảnh hóa với bản văn Kinh Thánh. Không chỉ vậy, mà chúng ta còn nhận được lợi ích từ hai yếu tố trên theo những cách giúp chúng ta trong việc tìm hiểu thành phần *thính giả*, *sắp xếp* ý tưởng, *biện luận*, và *áp dụng* sứ điệp.

Một lời cuối, rồi chúng ta sẽ kết thúc. Mặc dù hết sức quan tâm đến *ngày nay*, nhưng những nhà giải kinh giỏi nhất thực hiện mọi công việc liên quan đến bài giảng (cho dù là giải nghĩa bản văn, suy ngẫm thần học hay việc bối cảnh hóa) dưới ánh sáng của *ngày* – ngày Chúa Giê-xu trở lại, khi mọi việc sẽ được phơi bày, kể cả động cơ trong lòng người giảng. Nguyện hiểu biết của bạn về ngày đó sẽ giúp bạn luôn trung thành và chuyên tâm cầu nguyện, và giao phó kết quả dư dật trong tay Đức Chúa Trời.

Kết Luận

Bộ Xương Khô

Trong lễ phong chức, Charles Simeon đã giảng bài đầu tiên vào Chúa Nhật Ba Ngôi (Trinity Sunday) thế cho vị Mục sư đang đi nghỉ. Lúc đó Simeon chỉ mới hai mươi hai tuổi. Nhiều thập niên sau, khi ngẫm nghĩ về những nỗ lực giảng dạy ban đầu, ông viết:

> Sau khi quen biết với Mục sư Atkinson, tôi đảm trách việc chăm sóc hội thánh của ông trong suốt kỳ nghỉ dài. Và tôi có lý do để hy vọng làm được điều gì tốt tại đó. Trong khoảng thời gian một tháng hoặc sáu tuần, hội thánh khá đông đúc; số người tham dự Tiệc Thánh gấp ba lần con số bình thường, và những bộ xương khô đã động đậy nhiều.[1]

Là người giảng, tôi yêu thích mọi thứ trong mô tả ngắn gọn của Simeon về những bài giảng đầu tiên của ông: từ cách bắt đầu bình thường – là để thế chỗ cho một người đang đi nghỉ – đến cách bày tỏ đơn giản niềm hy vọng trở nên hữu ích. Thật là một khởi đầu tuyệt vời! Thậm chí tôi còn cho rằng Đức Chúa Trời đã khiến cho những sứ điệp đầu tiên trở nên đặc biệt kết quả như món quà đặc biệt để giúp ông trong chức vụ sau này. Cuối cùng, chẳng bao lâu sau ông đối diện với nhiều thử thách tại Cambridge. Có lẽ trên hết

---

1. William Carus, *Memoirs of the Life of the Rev. Charles Simeon* (London: Hatchard and Son, 1847), 24.

tất cả, tôi yêu mến cách ông nhìn ảnh hưởng từ Lời được rao giảng: "những bộ xương khô đã động đậy nhiều".

Tôi hoàn toàn tin chắc rằng bởi ân điển của Đức Chúa Trời, điều đã xảy đến trong thời của Simeon, cũng sẽ tái diễn. Và có lẽ điều đó sẽ bắt đầu với bạn! Khi viết quyển sách ngắn này về cách giảng Lời Chúa, tôi hầu như nghĩ đến con người hai mươi hai tuổi này. Vì vậy, cho dù bạn hai mươi hai hay tám mươi hai, hay đâu đó ở khoảng giữa, tôi cầu xin Chúa sẽ dùng chức vụ của bạn sao cho chức vụ ấy sẽ đem đến cho hết thảy chúng ta "hy vọng làm được điều gì đó tốt đẹp".

Những Câu Người Giảng Thường Hỏi

Dưới đây là một số câu hỏi đặc trưng bạn có thể dùng để hướng dẫn bạn khi soạn bài giảng từ đầu đến cuối.

Giải Nghĩa Bản Văn

Tôi có cầu xin Chúa giúp đỡ khi bắt đầu soạn bài không?

Cấu trúc

Trước giả sắp xếp phân đoạn này như thế nào? Nếu bạn có thể phân chia các câu trong phân đoạn này thành các phần rõ ràng là điều hữu ích.

Tổng quát: Có từ ngữ, cụm từ hay ý tưởng nào được lặp lại trong phân đoạn không?

Truyện kể: Phân đoạn được chia thành từng cảnh như thế nào? Có được sắp xếp xung quanh yếu tố địa lý hay sự thay đổi về nhân vật không? Cốt truyện là gì? (Xung đột là gì, hoặc điều gì tạo căng thẳng kịch tính? Cao trào hay bước ngoặt là gì? Căng thẳng có được giải quyết không? Nếu có thì bằng cách nào?)

Luận thuyết: Ngữ pháp hoặc tính lô-gíc của phân đoạn thể hiện dòng tư tưởng như thế nào?

Thi ca: Giọng văn hay chủ đề của bài thơ này thay đổi như thế nào?

Cách sắp xếp cho biết gì về ý chính mà trước giả đã định trước?

Bối cảnh

Bằng cách nào bối cảnh văn chương trực tiếp – các phân đoạn đứng trước và sau bản văn – cho biết ý nghĩa của bản văn? Tại sao phân đoạn này được đặt ở đây?

Hoàn cảnh lịch sử mà thính giả đầu tiên hay độc giả ban đầu, tùy vào thể loại, đối diện là gì?

Phân đoạn này khớp với phần bản văn lớn hơn như thế nào?

Đại ý

Điểm chính của sách này là gì?

Phân đoạn này đưa thông tin hoặc được thông tin bởi đại ý như thế nào?

Chủ đề của bản văn là gì?

Suy Ngẫm Thần Học

Bản văn báo trước hay có liên hệ thế nào với Phúc âm?

Bằng cách nào thần học Kinh Thánh giúp tôi thấy Phúc âm trong bản văn? Trước giả dùng sự ứng nghiệm lời tiên tri, hướng đi lịch sử, chủ đề hay sự tương đồng như thế nào?

Thần học hệ thống giúp tôi nhìn thấy Phúc âm trong bản văn ra sao? Nó có giúp tôi giữ đức tin, kết nối với Phúc âm hoặc cải thiện khả năng chia sẻ với người chưa tin không?

Bối Cảnh Hóa và Ngày Nay

Thính giả

Tôi có biết những người sẽ nghe bài giảng này không? Tôi có tự hứa yêu thương họ không? Tôi có cầu nguyện cho họ trong thời gian soạn bài giảng không?

Cách sắp xếp

Tôi sẽ đem vào bài giảng cách sắp xếp và ý chính nào? Chúng có phản chiếu cấu trúc và ý chính của bản văn không?

Áp dụng

Có phải bài giảng nhắm dẫn đến sự thay đổi tấm lòng trong đời sống tôi lẫn đời sống người nghe không? Tôi có đang làm điều này theo cách giúp người nghe hạ mình, tôn cao Cứu Chúa, và thúc đẩy sự thánh khiết trong đời sống những người có mặt một cách đúng đắn không?

Trước giả Kinh Thánh có mục tiêu hay ý định gì cho độc giả của mình?

Truyện kể: Các nhân vật trong bản văn đáp ứng thế nào với lẽ thật của Chúa, hay với Đấng Chịu Xức Dầu của Đức Chúa Trời?

Luận thuyết/Thi ca: Trước giả muốn độc giả của ông đáp ứng thế nào?

Áp dụng của tôi có bắt nguồn từ mục tiêu của trước giả không?

Áp dụng của tôi có phải là ý áp dụng chính của bản văn không, hay chỉ là áp dụng có thể có?

Áp dụng của tôi có làm giảm ý nghĩa của bản văn không? Có mâu thuẫn với các phân đoạn Kinh Thánh khác không?

Phần áp dụng tôi đang đưa ra có dựa trên Phúc âm, hay tôi đang có nguy cơ đặt thêm mạng lệnh trên dân sự của mình?

Tôi có dựa trên bản văn để nói điều tôi muốn nói không? Hay tôi đang nói lên điều Kinh Thánh muốn nói?

Phụ Lục
Theo Câu Kinh Thánh

Sáng Thế Ký

1-2, 11, 97

Xuất Ê-díp-tô Ký

3:5, 10

Phục Truyền Luật Lệ Ký

15, 104

18:15-22, 96

1 Sa-mu-ên

2, 139

2:12-21, 31, 33

17:46-47, 138

21, 140

22, 138

28, 103, 105

28:20-25, 104

Nê-hê-mi

8:8, 10

Thi Thiên

42-43, 74

138:2, 12

Châm Ngôn

25:2, 102

Truyền Đạo

12:1-8, 97

Giê-rê-mi

25:17-29, 101

31, 100

31:31-34, 99

31:34, 100

Ha-ba-cúc

3, 86, 86

Ma-thi-ơ

2:14-15, 95

7:28, 13

13:35, 95

26:53-56, 95

28:19-20, 129

Mác

2:7, 134

4:4, 155

4:19, 34

Lu-ca

1:1-4, 67

1:72, 99

2:27, 88

2:28-32, 88

2:37, 88

2:38, 88

3:21-22, 88

7:28, 100

9:16, 130

9:18-20, 88

9:28-36, 88

9:30-31, 98

9:48, 100

10:8, 130

11:1-4, 134

11:1-13, 134

11:13, 134

13:30, 100

14:11, 100

17:7-10, 100

22, 100, 101

22:14-30, 98

22:20, 99

22:24, 100

22:24-27, 100

22:28-30, 100

22:29, 100

24, 86, 89, 130

24:17-47, 9

24:25-27, 80

24:26, 81

24:44-45, 80

24:46-47, 80

Giăng

6:63, 37, 122

20:30-31, 67

21, 114

Công Vụ Các Sứ Đồ

3, 95

3:18, 96

3:22-26, 96

11:27-30, 40

13:27, 96

17, 118, 118

17:2-3, 81, 130

17:4, 130

17:16-34, 121

17:17, 81

17:18, 121

17:19, 118

17:22-31, 9, 92

17:22-23, 92, 119

17:23, 119
17:24a, 92
17:24b-25, 92
17:26-28, 92
17:29-30, 92
17:30, 133
17:31, 93
17:31, 93
17:32, 121
18:4, 81
18:19, 81
19:1-2, 134
19:8, 81
24:24-25, 131
26:26-28, 131

Rô-ma
1, 97
1-3, 132

1 Cô-rinh-tô
1, 131
1:4-7, 57
2:10, 44
3:1-2, 57
3:1, 57
3:7, 48
5:2, 58
11:25, 99

12:1, 57
12:4, 57
12:9, 57
12:28, 57
12:30, 57
12:31, 57
13, 56, 57, 57
14:1, 57
14:37, 57
16:1-4, 40

2 Cô-rinh-tô
2 Cô-rinh-tô, 38
5:17, 97
6:13, 62
6:14-15, 61
7:2, 62
8 và 9, 38
9:6, 39
9:6-7, 39
9:6-9, 39
9:7, 39
9:8, 39, 39
9:9, 39, 39, 41
11:5, 40
11:6, 40
11:7, 40
11:9, 40

12:11, 40

12:14-15, 40

Phi-líp

1:12, 46

4:13, 45

Cô-lô-se

3:9-10, 140

4:2-4, 125

1 Tê-sa-lô-ni-ca

2:3-6, 123

2:13, 12

2 Ti-mô-thê

2:15, 14

4:3-4, 25

Hê-bơ-rơ

1:3, 11

3:7, 37

Gia-cơ

2:14-26, 107

2:23, 96

3:1-12, 140

3:13-18, 140

4:1-12, 126

1 Phi-e-rơ

1:23, 11

Giu-đe

1, 65

3, 67

6, 66

13, 66

21, 66

24, 65

Lời Cảm Ơn

Hai vị Mục sư nêu gương cho tôi về giảng giải kinh là Kent Hughes và Dick Lucas. Tuần lễ của họ không chỉ xoay quanh việc giải thích Lời Chúa, mà họ còn dành thời gian đầu tư cho tôi. Và vì vậy, tôi biết ơn họ. Họ là những người bạn tôi yêu quý, và tôi chắc rằng những trang sách này hữu ích hơn nhờ có họ.

Ngoài ra, tôi cũng muốn bày tỏ lòng biết ơn với hai vị Mục sư mà tôi làm việc thân thiết nhất là John Dennis và Arthur Jackson. Tôi được khích lệ bởi sự phục vụ trung tín của họ trong nhiều năm. Tôi cũng biết ơn Hội thánh Holy Trinity, Hyde Park, Chicago. Trong mười lăm năm, quý vị đã vui vẻ nhận lãnh Lời Chúa từ nơi tôi. Và hơn thế nữa, hết tuần này đến tuần khác, chúng ta cùng hứa nguyện yêu thương nhau qua Lời của Đấng Christ. Tôi thật biết ơn Chúa về điều đó, cũng như về niềm hạnh phúc mà Đức Chúa Trời đã đặt chúng ta dưới sự cai trị của Đấng Christ.

Tôi cũng cám ơn tình bạn với Mark Dever và Jonathan Leeman. Những ý tưởng này có thể được viết xuống và chuyển thành sách là nhờ vào lời mời tử tế và sự nài nỉ liên tục của họ. Hai bạn yêu quý, cám ơn đã cho tôi cơ hội được hợp tác trong công việc này. Ngoài ra, công việc biên tập của Tara Davis ở Crossway cũng làm cho chủ đề của quyển sách thêm nổi bật. Xin cám ơn quý vị.

Gần gũi hơn, tôi vô cùng biết ơn Chúa về Robert Kinney, một người bạn cùng phục vụ Đấng Christ. Như thường lệ, cám ơn vì đã chỉnh sửa bản thảo được tốt hơn, và hơn thế nữa, cám ơn vì đã chia sẻ trách nhiệm dẫn dắt tổ chức Charles Simeon Trust cùng với tôi.

Cuối cùng, cám ơn Lisa về sợi dây yêu thương trọn đời của em chỉ dành cho riêng mình anh suốt ba mươi năm qua. Anh đặc biệt yêu thích tấm lòng ngày càng ham mến Lời Chúa của em.

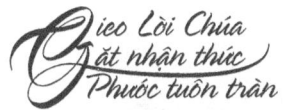

Công ty sách Cơ Đốc **Văn Phẩm Hạt Giống** chính thức ra đời vào tháng 4/2016 nhằm đáp ứng nhu cầu cấp thiết về văn phẩm Cơ Đốc có giá trị dành Cơ Đốc nhân người Việt với một sứ mệnh rõ ràng.

Văn Phẩm Hạt Giống sẽ cung cấp những văn phẩm Cơ Đốc:

- Có **giá trị cao, trung thành với sự dạy dỗ của Kinh Thánh, phù hợp** với nhu cầu và bối cảnh của các cộng đồng người Việt trong và ngoài nước.
- Nhằm **trang bị** từng cá nhân tín hữu Việt Nam **tăng trưởng đức tin** và **phát triển Vương Quốc Đức Chúa Trời**.

Tên gọi Hạt Giống vốn được truyền cảm hứng từ lời Chúa trong Mác 4:4. Lời của Đức Chúa Trời - Hạt Giống cứu rỗi - sẽ được những Cơ Đốc nhân gieo ra và trở lên lớn mạnh trong lòng người tin nhận.

Khi cho ra đời những văn phẩm có giá trị, chúng tôi ao ước chính mình sẽ là những người gieo trồng, kẻ tưới trong nhà Đức Chúa Trời. Chính Đức Chúa Trời sẽ hành động trong lòng độc giả khiến đời sống họ được biến đổi, lớn lên trong đức tin, được phước dư dật và đem phước hạnh ấy đến cho người khác (1 Cô. 3:5-9).

Với mong muốn phát hành nhiều hơn nữa những cuốn sách chất lượng, có giá trị cao tới cộng đồng, chúng tôi luôn cần sự cầu thay, giúp đỡ, nhận xét và đóng góp quý báu cho từng cuốn sách đã được xuất bản. Những lời làm chứng, chia sẻ về sự biến đổi đời sống trong năng quyền của Chúa khi quý vị đọc những cuốn sách này cũng sẽ là nguồn khích lệ lớn lao cho chúng tôi tiếp tục sứ mệnh của mình. Mọi tâm tình, ý kiến đóng góp, chia sẻ xin gửi cho chúng tôi theo địa chỉ:

nhabientap@vanphamhatgiong.com

hoặc chia sẻ với chúng tôi trên trang Facebook **Văn Phẩm Hạt Giống**.

Rất mong được đón nhận!

CÁC SÁCH ĐÃ XUẤT BẢN

Quý độc giả có thể xem thông tin chi tiết về từng sách trên Website: *http://vanphamhatgiong.com/vi/cua-hang/* hoặc trên FB Page *Văn Phẩm Hạt Giống*

CÁC SÁCH SẮP XUẤT BẢN

1. **Phúc Âm Ba Chiều** (Jayson Georges)
2. **Rèn Luyện Tâm Linh Trong Nếp Sống Cơ Đốc** (Donald S. Whitney)
3. **Giải Nghĩa Tân Ước của Tyndale: Gia-cơ** (Douglas J. Moo)
4. **Bảy Định Luật của Sự Giảng Dạy** (John Milton Gregory)
5. **Noi Gương Chúa Giê-xu** (Một số Mục sư Việt Nam)
6. **Bài Viết Học Thuật** (Kevin Gary Smith)
7. **Giải Nghĩa Áp Dụng: Phục Truyền Luật Lệ Ký** - 3 tập (Daniel I. Block)

Liên hệ mua sách:

- **E-mail:** info@vanphamhatgiong.com
- **Website:** http://vanphamhatgiong.com
- **Mua sách trên trang lulu.com:** http://www.lulu.com/spotlight/Van_Pham_Hat_Giong
- **Facebook Page:** Văn Phẩm Hạt Giống

www.ingramcontent.com/pod-product-compliance
Lightning Source LLC
Chambersburg PA
CBHW061949070426
42450CB00007BA/1107